രവീന്ദ്രനാഥടാഗോർ

1861 മെയ് 7-ാം തീയ്യതി കൽക്കത്തയിൽ ജനനം. സ്കൂൾ വിദ്യാഭ്യാസം ഇടയ്ക്ക് വെച്ച് നിർത്തി. പിന്നെ വീട്ടിലിരുന്ന് പഠിച്ചു. കുറേക്കാലം ഇംഗ്ലണ്ടിലും പഠിക്കുകയുണ്ടായി. 14 -ാം വയസ്സിൽ അമൃത ബസാർ പത്രികയിൽ ആദ്യകവിത അച്ചടിച്ചുവന്നു. ആദ്യപുസ്തകമായ 'കവികാഹിനി' 17-ാം വയസ്സിലാണ് പ്രസിദ്ധീകരിച്ചത്. കവിതകൾ, കഥകൾ, നോവലുകൾ, സാഹിത്യനിരൂപണങ്ങൾ, ആത്മകഥ, നാടകം, പ്രബന്ധങ്ങൾ, പ്രസംഗങ്ങൾ തുടങ്ങിയ വിവിധ ശാഖകളിൽ അനേകം രചനകൾ. 'ഗീതാഞ്ജലി'യുടെ മൂലം 1910 ജൂലായ് മാസത്തിൽ പുറത്തിറങ്ങി. ഇംഗ്ലീഷ് ഗീതാഞ്ജലി 1912 നവംബറിൽ ലണ്ടനിൽ പ്രസിദ്ധീകരിച്ചു. 1913 നവംബറിൽ അത് നോബൽ സമ്മാനത്തിന് തെരഞ്ഞെടുക്കപ്പെട്ടു. 1901 ൽ ടാഗോർ സ്ഥാപിച്ച 'ശാന്തിനികേതനം' എന്ന വിദ്യാലയം 1921 മുതൽ സർവ്വകലാശാലയായി.
1941 ആഗസ്ത് 8-ാം തീയ്യതി ടാഗോർ അന്തരിച്ചു.

AF518715

എം.കെ.ഗംഗാധരൻ

കവിയും നോവലിസ്റ്റുമായ എം.കെ. ഗംഗാധരൻ വിവിധ എൻ.എസ്.എസ് കോളേജുകളിൽ ഇംഗ്ലീഷ് പ്രൊഫസറായിരുന്നു. വേലുത്തമ്പി മെമ്മോറിയൽ എൻ.എസ്.എസ് എം.ജി യൂണിവേഴ്സിറ്റിയുടെ കണ്ണൂർ ക്യാംപസിൽ പി.ജി പ്രൊഫസറായിരുന്നു. കേരളസാഹിത്യഅക്കാദമി അംഗവും മലയാളം ലിറ്റററി സർവ്വേയുടെ പത്രാധിപരുമായിരുന്നു.

Malayalam Language
Chathuranga
(Novel)
by
Ravindranatha Tagore
Original Bengali Title
Chathuranga
Translation:
M.K. Gangadharan
♦
Published in June 2011
This Edition August 2022
by Kairali Books Private Limited
Thalikkavu Road, Kannur.
Ph : 0497-2761200
E-Mail : Kairalibooksknr@gmail.com
♦
Cover :
Siraj.T.K
♦

© All rights reserved
No part of this publication may be reproduced, stored in or introduced into a retrieval system, or transmitted, in any form, or by any means, electronic, mechanical, photocopying, recording or otherwise without the prior written permission of the publisher.

Price ₹ :170.00
07/12-13/Sl.No.441/POD 300/NS 15.4
978-93-88087-47-6

രവീന്ദ്രനാഥടാഗോർ

ചതുരംഗാ

വിവർത്തനം

എം.കെ.ഗംഗാധരൻ

കൈരളി ബുക്സ്

ആമുഖം

മനുഷ്യമനസ്സുകളുടെ ആഴങ്ങളെ സ്പർശിക്കുന്ന ടാഗോർ പ്രതിഭയുടെ അനശ്വര സൃഷ്ടിയാകുന്നു ചതുരംഗാ. ഇതിനു ചതുരംഗവുമായി ബന്ധമൊന്നുമില്ല. ഇതുവ്യത്യസ്തരായ നാലുപേരുടെ കഥയാകുന്നു. സന്താളന്മാരുടെ ചെണ്ടയുടെ താളവുമായി ബന്ധമുള്ള നാലുവരിവൃത്തമായ ബംഗാളിപായാലും നാലുരാഗങ്ങളുള്ള ക്ലാസിക്കൽ സംഗീതവും ടാഗോറിന് വളരെ പ്രിയപ്പെട്ടതായിരുന്നു. അതനുസരിച്ച് അദ്ദേഹം തന്റെ പല കഥകളും നോവലുകളും നാലുഭാഗങ്ങളായാണ് എഴുതിയിട്ടുള്ളത്. ചതുരംഗായിൽ വ്യത്യസ്തരംഗങ്ങൾ വ്യത്യസ്തവികാരങ്ങളും ആദർശങ്ങളുമായി പരിണമിക്കുന്നതായി കാണാം.

അമ്പതുവയസ്സുള്ളപ്പോൾ (1915) രചിച്ച ശക്തമായ ചതുരംഗായിലേക്ക് എഴുപതാം വയസ്സിൽ അദ്ദേഹം മടങ്ങിയതിന്റെ തെളിവാണ് ചതുരംഗായുടെ തുടർച്ചയെന്നു തോന്നിക്കുന്ന മൂന്നു ബംഗാളിനോവലുകൾ. ഒരുവർഷം മുമ്പ് ടാഗോർ നടത്തിയ യൂറോപ്യൻ പര്യടനത്തിന്റെ അനുഭവങ്ങളും ഒന്നാംലോക മഹായുദ്ധത്തിലേക്കുനയിച്ച ലോകസംഭവങ്ങളും ഇതിന്റെ രചനയിൽ സ്വാധീനം ചെലുത്തിയിട്ടുണ്ട്. പഴയവിശ്വാസങ്ങളും പുതിയ ആശയങ്ങളുമായുള്ള സംഘർഷം ഇതിലുടനീളം നിലനിൽക്കുന്നു.

ഇരുപതാം നൂറ്റാണ്ടിന്റെആദ്യദശകങ്ങളിൽ ബംഗാളിമനസ്സുകളെ മഥിച്ച യുക്തിവാദവും നിരീശ്വരവാദവും, ഉണർത്തപ്പെട്ട ആത്മീയതയും, മതരഹിതമായ ഈശ്വരാന്വേഷണവും വിവിധകഥാപാത്രങ്ങളിലൂടെയും സംഭവങ്ങളിലൂടെയും ആവിഷ്ക്കരിച്ചിരിക്കുന്നു. ഈശ്വർചന്ദ്രവിദ്യാസാഗറിന്റെയും നിവേദിതയുടെയും ഛായകൾ ചില കഥാപാത്രങ്ങൾക്കു കണ്ടേക്കാം. സഹനത്തിന്റെയും ത്യാഗത്തിന്റെയും സ്ത്രീമാതൃകളാകുന്നു ശ്രീബാലയും ദാമിനിയും. ആദർശത്തിന്റെ ഹിമാലയം പോലെ നിലകൊള്ളുന്ന ജഗ്മോഹൻ എന്ന അങ്കിളും ബുദ്ധനെപ്പോലെ എല്ലാം പരിത്യജിച്ച് അന്വേഷണത്തിന്റെ വഴിയിൽ ഭ്രാന്തനെപ്പോലെ അലയുന്ന സചിസ് എന്ന യുവാവും മറക്കാൻ കഴിയാത്ത കഥാപാത്രങ്ങളാകുന്നു.

എം.കെ.ഗംഗാധരൻ

ഉള്ളടക്കം

അങ്കിൾ

ഒന്ന്

ഞാനും സചിസും സമപ്രായക്കാരാകുന്നു. ഞാൻ ഗ്രാമത്തിൽ നിന്ന് കൽക്കത്തയിൽ കോളേജിൽ പഠിക്കാൻ വന്നു. അന്ന് ബിഎ.ക്കു പഠിക്കുകയായിരുന്നു സചിസ്. അയാളുടെ ജ്വലിക്കുന്ന കണ്ണുകളും മെലിഞ്ഞ ശരീരവും നീണ്ടകൈവിരലുകളും മുഖത്തെ ഗൗരവവുമെല്ലാം എന്നെ ആകർഷിച്ചു. നോക്കുമ്പോൾ അയാളുടെ മനസ്സിന്റെ അകംവരെ കാണുന്നെന്ന് തോന്നിപ്പോയി. പെട്ടെന്നുതന്നെ എനിക്കയാളോട് സ്നേഹം തോന്നി.

എന്നാൽ അയാളുടെ സഹപാഠികൾ പലരും അയാളോട് വെറുപ്പുള്ളവരായിരുന്നു. കാരണം സാധാരണവിദ്യാർത്ഥികളിൽ നിന്നു വ്യത്യസ്തനായിരുന്നു അയാൾ. സാധാരണമനുഷ്യർ ആരുടെയും വെറുപ്പുസമ്പാദിക്കുന്നില്ല. എന്നാൽ ഒരാളിൽ പ്രതിഭയുടെ ജ്വാലകൾ ദർശിക്കുമ്പോൾ ചിലർ അയാളെ ആരാധിയ്ക്കാനൊരുങ്ങുന്നു, ചിലർ വെറുക്കാനും.

മെസ്സിൽ സഹഭോജനം നടത്തുന്ന സുഹൃത്തുക്കൾക്കറിയാം ഞാൻ സചിസിനെ ഇഷ്ടപ്പെടുന്നെന്ന്. അതവരെ പലതും പറയാൻ പ്രേരിപ്പിക്കാറുണ്ട്. ഞാൻ അടുത്തെങ്ങാനുമുണ്ടെങ്കിൽ ഞാൻ കേൾക്കുന്ന മട്ടിൽ അവർ അയാളെക്കുറിച്ച് അപവാദങ്ങൾ വിളമ്പും. എനിക്കതുകേൾക്കുമ്പോൾ കണ്ണിൽ കരടുവീണതുപോലെ തോന്നും. ഞാൻ അതിന് മറുപടിയൊന്നും പറയാറില്ല. എന്നാൽ ഒരിക്കൽ എനിക്ക് എന്റെ മൗനം വെടിയേണ്ടി വന്നു. അവർ അത്രയ്ക്ക് അസഹ്യമായ കാര്യങ്ങളാണ് പറഞ്ഞുകൊണ്ടിരുന്നത്.

എനിക്കന്നു സചിസിനെ നല്ല പരിചയമില്ലായിരുന്നു. അതൊരു കുറവായിത്തീർന്നു. കാരണം അപവാദം പറയുന്നവർ അയാളുടെ അയൽക്കാരോ അയാളോട് അടുത്ത് ബന്ധമുള്ളവരോ ആണ്. അവർ പറയുന്ന

തെല്ലാം സത്യമാണെന്ന് ഉറപ്പിച്ചുപറഞ്ഞെങ്കിലും ഞാൻ അതിന് ഒരു ചില്ലറക്കാശിന്റെ വില കൊടുത്തില്ല. അതവരെ പ്രകോപിപ്പിച്ചു. എന്റെ മെസ് സുഹൃത്തുക്കൾ ഒന്നായി എന്റെ നേരെ വന്നു. അവർ കുപ്പായ ക്കൈകൾ തെറുത്തുകയറ്റിക്കൊണ്ട് ആക്രോശിച്ചു:

"നീയൊരു മുരടനാണെടാ."

എനിക്കു സങ്കടം തോന്നി. അന്നുരാത്രി എനിക്കു ശരിക്കുറങ്ങാൻ കഴിഞ്ഞില്ല. പിറ്റേന്ന് ഇന്റർവെൽ സമയത്ത് ഞാൻ സചിസിനെ അന്വേഷിച്ചുപോയി. അയാൾ പുല്ലുള്ള ഗ്രൗണ്ടിന്റെ ഒരുഭാഗത്ത് മരത്തണലിൽ ചരിഞ്ഞുകിടന്നു പുസ്തകം വായിക്കുകയായിരുന്നു. ഞാൻ സ്വയം പരിചയപ്പെടുത്താതെ സങ്കടത്തോടെ എന്തൊക്കെയോ പറഞ്ഞു. അയാൾ പുസ്തകം മടക്കിവെച്ചിട്ട് എന്റെ മുഖത്തേക്കുതന്നെ നോക്കിക്കൊണ്ടിരുന്നു. ആ നോട്ടം കണ്ടവർക്കുമാത്രമേ അതിന്റെ തീവ്രത മനസ്സിലാവൂ.

സചിസ് പറഞ്ഞു: "അപവാദം പറയുന്നവർ അതിനൊരുമ്പെടുന്നതു സത്യത്തെ സ്നേഹിക്കുന്നതുകൊണ്ടല്ല, അപവാദത്തെ സ്നേഹിക്കുന്നതുകൊണ്ടാണ്. അതുമനസ്സിലാക്കിയാൽ അപവാദം തെറ്റാണെന്നുതെളിയിക്കാൻ ബുദ്ധിമുട്ടേണ്ടതില്ല."

ഞാൻ ചോദിച്ചു:"ഈ നുണയന്മാരെ നിങ്ങൾക്കറിയാമോ?"

സചിസ് പറഞ്ഞു:"അവർ നുണയന്മാർ ഒരു പ്രത്യേകവർഗ്ഗമാണ്. എന്റെ അയൽപക്കത്തുള്ള ഒരു വാണിയന്റെ മകന് തളർവാതമാണ്. പണിയൊന്നും ചെയ്യാൻ വയ്യ. കഴിഞ്ഞ മഞ്ഞുകാലത്ത് വിലകൂടിയ ഒരു കമ്പിളി പുതപ്പ് ഞാനവന് സമ്മാനിച്ചു. അതുകണ്ടപ്പോൾ എന്റെ ഭൃത്യൻ സിബുവിനു സഹിച്ചില്ല. അയാൾ പറഞ്ഞു, സർ, ആ ചെറുക്കൻ കിതക്കുന്നതും വിറയ്ക്കുന്നതും വെറും അഭിനയമാണ്. എനിക്കെതിരെ നുണ പറഞ്ഞുനടക്കുന്നവർ സിബുവിന്റെ വർഗമാവുന്നു. അവർ പറയുന്നതെന്തുതന്നെയായാലും അതിൽ അവർ വിശ്വസിക്കുന്നുണ്ടാവും. എനിക്കാവശ്യമില്ലാത്ത വിലകൂടിയ ബ്ലാങ്കറ്റ് എന്റെ കൈവശമുണ്ടെങ്കിൽ അതങ്ങനെ ആർക്കും വലിച്ചെറിഞ്ഞുകൊടുക്കാൻ എനിക്കവകാശമില്ലെന്നായിരിക്കും അവർ വിശ്വസിക്കുന്നത്. അങ്ങനെയുള്ളവരോട് വഴക്കു കൂടുക എന്റെ അഭിമാനത്തിനു നിരക്കുന്നതല്ല.

ഞാൻ ചോദിച്ചു:'

'നിങ്ങൾ നിരീശ്വരവാദിയാണെന്ന് അവർ പറയുന്നു അത് സത്യമാണോ?"

"സത്യം തന്നെ. ഞാൻ നിരീശ്വരവാദിയാകുന്നു."

സചിസിന്റെ കാര്യത്തിൽ എനിക്ക് രണ്ടബദ്ധം പിണഞ്ഞെന്ന് പിന്നീടാണ് മനസ്സിലായത്. ആദ്യത്തെ കാഴ്ചയിൽ അയാൾ ഒരു ബ്രാഹ്മണനായിരിക്കുമെന്നു ഞാൻ ധരിച്ചുപോയി. വെണ്ണക്കല്ലിൽ മിനുക്കിയെടുത്ത ക്ഷേത്രബിംബംപോലെയിരുന്നു അയാളുടെ മുഖം. അത്രയും കുലീനത്വം ബ്രാഹ്മണരല്ലാത്തവർക്കും ഉണ്ടാവാമെന്നു ഞാനന്നുചിന്തിച്ചിരുന്നില്ല. രണ്ടാമത് പേരിന്റെ കാര്യമാണ്. അയാളുടെ ഇരട്ടപ്പേര് മല്ലിക് എന്നാണെന്ന് ഞാൻ അറിഞ്ഞു. അങ്ങനെ ഇരട്ടപ്പേരുള്ള ബ്രാഹ്മണകുടുംബം ഞങ്ങളുടെ അയൽപക്കത്തുണ്ടായിരുന്നു. പക്ഷെ എനിക്കു തെറ്റുപറ്റിപ്പോയി. അയാൾ ജാതിയിൽ തട്ടാൻ അഥവാ സ്വർണ്ണപ്പണിക്കാരനായിരുന്നു. കുലീനകായസ്തരായ ഞങ്ങൾക്കു തട്ടാന്മാർ താണ ജാതിയിൽപ്പെട്ടവരായിരുന്നു. ജാതിയിൽ താണവനെന്നതിനു പുറമെ അയാൾ നിരീശ്വരവാദിയുമാണ്. നിരീശ്വരവാദികളെ ഞങ്ങൾ കൊലയാളികളേക്കാളും പശുവിറച്ചി തിന്നുന്നവരേക്കാളും നീചരായാണ് കണക്കാക്കിയിരുന്നത്.

അതെല്ലാം ഓർത്തുകൊണ്ട് ഒന്നുംമിണ്ടാതെ ഞാൻ സചിസിനെതന്നെ നോക്കിക്കൊണ്ടിരുന്നു. ആ മുഖത്തിന് എന്തോ ഒരു പ്രത്യേകത. അകമേകത്തുന്ന ദിവ്യദീപത്തിന്റെ വെളിച്ചം പോലെ അതു പ്രഭാപൂരിതമായിരുന്നു. അന്നു ഞാൻ കരുതിയില്ല ജാതിയിൽ താണ അയാളോടൊപ്പം ഭക്ഷണം കഴിക്കുമെന്നും എന്റെ ഈശ്വരവിശ്വാസം അയാളുടെ നിരീശ്വരവാദത്തിനു വഴിമാറികൊടുക്കുമെന്നും.

ഞങ്ങളുടെ കോളേജിലെ ഇംഗ്ലീഷ് സാഹിത്യത്തിന്റെ പ്രൊഫസറായിരുന്ന വിൽക്കിൽസിന് ബംഗാളികളായ പഠിതാക്കളോട് കടുത്ത അവജ്ഞയായിരുന്നു. അവരെ സാഹിത്യം പഠിപ്പിക്കുക കടുത്ത പ്രയത്നമായി അദ്ദേഹം കരുതി. മിൽട്ടണും ഷേക്സ്പിയറും പഠിപ്പിക്കുമ്പോൾ പോലും സാധാരണപദങ്ങൾക്ക് അർത്ഥം പറയുക അദ്ദേഹത്തിന്റെ സ്വഭാവമായിരുന്നു. ഫെലിൻവർഗ്ഗത്തിൽപ്പെട്ട നാലുകാലുള്ള ജന്തുവെന്നാണ് അദ്ദേഹം പൂച്ചക്കു കൊടുത്ത വിശദീകരണം. നോട്ടെഴുതുന്നതിൽ അദ്ദേഹം സചിസിനെ മാത്രമെ ഒഴിവാക്കിയിരുന്നുള്ളൂ. അയാളെ അദ്ദേഹം തന്റെ വീട്ടിലേക്കു ക്ഷണിക്കുമായിരുന്നു., ക്ലാസിൽ കൊടുക്കുന്നതിനുപരിയായ അറിവു നൽകാൻ. മറ്റു സഹപാഠികൾക്ക് അതിൽ അസൂയ ഉണ്ടായിരുന്നു. അവർ പറഞ്ഞു: അയാൾ സുന്ദരനായതുകൊണ്ടാണ് സായിപ്പിന് അയാളോട് ഇഷ്ടം ഉള്ളതെന്ന്. സായിപ്പിന്റെ പരിഗണന ലഭിക്കാനായി സചിസ് നിരീശ്വരവാദിയായി അഭിനയിക്കുകയാണെന്നും അവർ പറഞ്ഞു. അവരിൽ ചിലർ അദ്ദേഹത്തിന്റെ അടുത്തു

പോയി പോസറ്റീവിസത്തെക്കുറിച്ചുള്ള പുസ്തകങ്ങൾ ആവശ്യപ്പെട്ടു. വസ്തു നിഷ്ഠപ്രതിഭാസത്തെ അംഗീകരിക്കുന്ന സിദ്ധാന്തമാണ് പോസിറ്റീവിസം. അവർക്കതു മനസ്സിലാവില്ലെന്ന് പറഞ്ഞ് അദ്ദേഹം അവരെ മടക്കിയയച്ചു. അന്നാണ് സചിസിന്റെ കഴിവ് അവർ മനസ്സിലാക്കുന്നത്. വെറുതെ ഒരാളെ അംഗീകരിക്കുകയില്ല സായിപ്പ്.

രണ്ട്

മറ്റുള്ളവരുടെ എതിർപ്പിന് കാരണമായ എന്തെല്ലാം സ്വഭാവവിശേഷങ്ങൾ സചിസിനുണ്ടെന്നു ഞാൻ പറഞ്ഞു കഴിഞ്ഞു. അയാളെ പരിചയപ്പെടുന്നതിനുമുമ്പും പരിചയപ്പെട്ടതിനുശേഷവും ഞാൻ മനസ്സിലാക്കിയ ചില കാര്യങ്ങളാണ് കുറിച്ചത്.

ഞങ്ങളെല്ലാം അങ്കിൾ എന്നുവിളിക്കുന്ന ജഗ് മോഹൻ സചിസിന്റെ വല്യച്ഛനായിരുന്നു, അച്ഛന്റെ ജ്യേഷ്ഠൻ. അക്കാലത്തെ പ്രസിദ്ധനും നിരീശ്വരവാദിയുമായിരുന്നു അദ്ദേഹം. അദ്ദേഹം ദൈവത്തെ അവിശ്വസിച്ചു എന്നു പറഞ്ഞുകൂടാ, ദൈവമില്ലായ്മയിൽ വിശ്വസിച്ചു എന്നു പറയുന്നതാണു ശരി. ഒരീശ്വരന്റെ അഭാവത്തിൽ പാപമുക്തവും മാനവീയവുമായ ലോകമായിരുന്നു അദ്ദേഹം ദർശിച്ചത്. ഏതൊരവസരം കിട്ടിയാലും ഈശ്വരവിശ്വാസത്തെ എതിർക്കാൻ അദ്ദേഹം ശ്രമിച്ചിരുന്നു. യുദ്ധക്കപ്പലിന്റെ ക്യാപ്റ്റന് തന്റെ കപ്പൽ ലക്ഷ്യത്തിൽ എത്തിക്കുന്നതിനേക്കാൾ താത്പര്യം മറ്റു കപ്പലുകൾ തകർക്കുകയാണല്ലോ.

അദ്ദേഹം വിശ്വാസികളെ വെല്ലുവിളിച്ചത് ഇങ്ങനെയായിരുന്നു: "ദൈവമുണ്ടെങ്കിൽ എന്റെ ബുദ്ധി അദ്ദേഹത്തിൽനിന്നു വന്നതായിരിക്കുമല്ലോ. ആ ബുദ്ധി എന്നോടുപറയുന്നു ദൈവമില്ലെന്ന്. മറ്റൊരു രീതിയിൽ പറഞ്ഞാൽ ദൈവം തന്നെ ചൊല്ലുന്നു ദൈവമില്ലെന്ന്. എന്നിട്ടും നിങ്ങൾ ആ മുഖത്തുനോക്കി ദൈവമുണ്ടെന്നു പറയുന്നു. ഈ പാപത്തിനു മുപ്പതു മുക്കോടി ദൈവങ്ങൾ നിങ്ങളുടെ ചെവിക്കു മുറുകെപ്പിടിച്ചിരിക്കുന്നു, മൂക്കിലൂടെ പണം നൽകാൻ ആവശ്യപ്പെടുന്നു."

അക്കാലത്തെ പതിവനുസരിച്ചു ബാല്യത്തിലെ വിവാഹം കഴിച്ചിരുന്നു ജഗ്മോഹൻ. യൗവനത്തിലെത്തിയപ്പോൾ ഭാര്യ മരിച്ചു. അതിനിടയിൽ അദ്ദേഹം മാൽത്യൂസിന്റെ സിദ്ധാന്തം പഠിച്ചിരുന്നു. അതുകൊണ്ടു വീണ്ടും വിവാഹം കഴിച്ചില്ല.

സചിസിന്റെ അച്ഛൻ ഹരിമോഹൻ, ജഗ്മോഹന്റെ അനുജനാണെങ്കിലും സ്വഭാവത്തിൽ തികച്ചും വ്യത്യസ്തനായിരുന്നു. വിരുദ്ധവിശ്വാ

സങ്ങളിൽ കഴിയുന്ന ഈ സഹോദരന്മാരെക്കുറിച്ചെഴുതുന്നത് കഥയിൽ താൽപര്യമുളവാക്കാൻ വേണ്ടിയല്ല. സ്വഭാവഐക്യമില്ലാത്ത എത്ര സഹോദരന്മാരുണ്ടീ ഭൂമിയിൽ.

ശൈശവത്തിൽ ഹരിമോഹൻ ആരോഗ്യം കുറഞ്ഞ കുട്ടിയായിരുന്നു. ബാധ ഒഴിവാക്കാൻ മന്ത്രച്ചരടുകളും ഏലസ്സുകളും കെട്ടിയിരുന്നു. വഴിപാടുകളും പ്രാർത്ഥനകളും പുരോഹിതന്മാർക്കും സന്യാസിമാർക്കും ദക്ഷിണകളും എല്ലാംകൂടി അയാളുടെ രോഗങ്ങൾക്കെതിരെ കോട്ടമതിൽ പോലെ നിലകൊണ്ടിരുന്നു. വലുതായപ്പോൾ രോഗമുക്തനായെങ്കിലും ദീനക്കാരൻ കുട്ടി എന്ന പരിഗണന അയാൾക്കു തുടർന്നും ലഭിച്ചു. ചെറുപ്പത്തിലെ അച്ഛൻ മരിച്ചുപോയതിനാൽ അമ്മയുടെയും അമ്മാവിമാരുടെയും സ്നേഹമെല്ലാം അയാൾ അപഹരിച്ചിരുന്നു. മറ്റെല്ലാവരും കഴിക്കുന്നതിനുമുമ്പേ അയാൾ ആഹാരം കഴിക്കും. അയാൾക്കുവേണ്ടി പ്രത്യേകമായുണ്ടാക്കിയ ആഹാരമായിരിക്കുമത്. അയാൾ പണിയൊന്നുമെടുത്തിരുന്നില്ല. എപ്പോഴും വിശ്രമം തന്നെയായിരുന്നു.

അമ്മമാരും അമ്മായിമാരും മാത്രമല്ല മൂന്നുലോകത്തുള്ള ദൈവങ്ങളും അയാളുടെ സംരക്ഷകരാണെന്ന് അയാൾ ധരിച്ചിരുന്നു. അധികാരമുള്ളവർ, പോലീസ് ഇൻസ്പെക്ടറോ, മറ്റുദ്യോഗസ്ഥന്മാരോ ആരായാലും അവരെ അയാൾ തന്റെ സംരക്ഷകരായിക്കരുതി. അക്കൂട്ടത്തിൽ സമ്പന്നനായ അയൽക്കാരനും പത്രാധിപന്മാരും പശുവും ബ്രാഹ്മണനും വരെ ഉണ്ടായിരുന്നു.

ജഗ്മോഹൻ അധികാരസ്ഥാനത്തുള്ളവരിൽ നിന്നെല്ലാം അകന്നാണു നിന്നിരുന്നത്. അടുപ്പം കാണിക്കുന്നത് എന്തോ കാര്യസാധ്യത്തിനാണെന്ന് ജനം തെറ്റിദ്ധരിച്ചാലോ? അഭയം തന്നെയായിരുന്നു ദൈവങ്ങളുടെ കാര്യത്തിലും അദ്ദേഹത്തിനുണ്ടായിരുന്നത്. ദൈവമായാലും മനുഷ്യനായാലും ആരുടെയും അനുഗ്രഹമോ കാരുണ്യമോ അദ്ദേഹം പ്രതീക്ഷിച്ചില്ല. അദ്ദേഹത്തിന് അതിന്റെ ആവശ്യവും ഉണ്ടായിരുന്നില്ല.

വിവാഹപ്രായമായപ്പോൾ ഹരിമോഹൻ വിവാഹിതനായി. ആദ്യം മൂന്ന് പെൺമക്കൾ, പിന്നെ മൂന്ന് ആൺമക്കൾ, ഒടുവിൽ സചിസ്. സചിസിന് വല്യച്ഛന്റെ ഛായ നല്ലതുപോലെ ഉണ്ടെന്ന് എല്ലാവരും പറയുമായിരുന്നു. ജഗ്മോഹൻ അയാളെ സ്വന്തം മകനെപ്പോലെ സ്നേഹിക്കുകയും ചെയ്തു.

അതിൽ തനിക്കല്പം ലാഭമുണ്ടായതിനാൽ ഹരിമോഹനു സന്തോഷമായിരുന്നു. സചിസിന്റെ പഠന ചെലവുകളെല്ലാം ജഗ്മോഹനായിരുന്നു

വഹിച്ചിരുന്നത്. അത് അദ്ദേഹം സ്വമേധയാ ചെയ്യുന്നതായിരുന്നു. ജഗ് മോഹന്റെ ഇംഗ്ലീഷ് പാണ്ഡിത്യം അദ്ദേഹത്തിന് ബംഗാളിമക്കാളെ എന്നും ബംഗാളിജോൺസണെന്നുമുള്ള അപരനാമങ്ങൾ നേടിക്കൊടു ത്തിരുന്നു. അതിവിപുലമായിരുന്നു അദ്ദേഹത്തിന്റെ പുസ്തകശേഖരം. ഒരൊച്ച് അതിന്റെ തോടിനുള്ളിൽ എന്നതുപോലെ ഇംഗ്ലീഷു പുസ്തക ങ്ങളാൽ വലയപ്പെട്ടിരുന്നു അദ്ദേഹം. കാട്ടരുവി ഒഴുകുന്ന വഴിയിലെല്ലാം ചരൽ നിറയ്ക്കുംപോലെ വീട്ടിൽ അദ്ദേഹം വിഹരിച്ചിരുന്ന ഇടങ്ങളെല്ലാം പുസ്തകങ്ങൾകൊണ്ടു നിറഞ്ഞിരുന്നു. ശയനമുറിയിലും ഊണുമുറി യിലും സ്വീകരണമുറിയിലുമെല്ലാം പുസ്തകങ്ങൾ. ചിലയിടങ്ങളിൽ അവ തറ മുതൽ മച്ചുവരെ അടുക്കിവച്ചിരുന്നു.

പുരന്ദർ ആയിരുന്നു ഹരിമോഹന്റെ പ്രിയപുത്രൻ. അവൻ എന്തു ചോദിച്ചാലും അയാൾ കൊടുക്കും. അങ്ങനെ ലാളിച്ചുവഷളാക്കിയതു കൊണ്ട് പുരന്ദർ അധികം പഠിച്ചില്ല. അവൻ നേരത്തെ വിവാഹം കഴി ച്ചു. അതൊരു പരാജയമായിത്തീർന്നു. വൈവാഹികജീവിതത്തിന്റെ പരി ധിക്കുള്ളിൽ ഒതുങ്ങിനിൽക്കുവാൻ പുരന്ദറിനു കഴിഞ്ഞില്ല. അയാളുടെ വഴിവിട്ടുള്ള ബന്ധങ്ങൾ ഭാര്യയുടെ പ്രതിഷേധത്തിനിടയാക്കി. ഹരിമോ ഹൻ മകന്റെ പക്ഷത്തായിരുന്നു. മരുമകളെ ഒഴിവാക്കാൻ അയാളും താത്പര്യം കാട്ടി.

ജഗ്മോഹൻ കാര്യങ്ങളെല്ലാം അറിയുന്നുണ്ടായിരുന്നു. ഹരിമോഹന്റെ അപകടകരമായ വാത്സല്യത്തിൽ നിന്ന് സചിസിനെ ഒഴിവാക്കാൻ അദ്ദേഹം അയാളെ തന്റെ കൂടെ പാർപ്പിച്ചു. ചെറുപ്പത്തിൽത്തന്നെ അതു കൊണ്ട് സചിസ് ഇംഗ്ലീഷ് ഭാഷയിലും സാഹിത്യത്തിലും നല്ല അറിവു നേടിയിരുന്നു. ഖിൽ, ബൻഥാം എന്നീചിന്തകന്മാർ അയാളുടെ മനസ്സിനെ മഥിച്ചു. തലച്ചോറിൽ വെടിക്കെട്ടു നടത്തി. നിരീശ്വരവാദത്തിന്റെ പ്രാമാ ണിക ഗ്രന്ഥങ്ങൾ അയാൾ വീണ്ടും വീണ്ടും വായിച്ചു.

സചിസിനോടു സമപ്രായക്കാരനെപ്പോലെയായിരുന്നു വല്യച്ഛൻ പെരു മാറിയിരുന്നത്. പ്രായത്തെ ബഹുമാനിക്കുന്ന പ്രകടനങ്ങളിൽ അദ്ദേഹം വിശ്വസിച്ചിരുന്നില്ല. അത് ചെയ്യുന്നത് അടിമത്ത മനഃസ്ഥിതി ഉളവാക്കു മെന്ന് അദ്ദേഹം വിശ്വസിച്ചിരുന്നു. ഒരിക്കൽ ഒരു കുടുംബത്തിലെ ഒരു പുതിയ മരുമകൻ അദ്ദേഹത്തിനെഴുതിയ കത്തിൽ ശ്രീ ചരണേഷ്ഠം (ശ്രേ ഷ്ഠപാദങ്ങളിൽ) എന്ന സംബോധനചെയ്തതിന് അദ്ദേഹം ഇങ്ങനെ മറു പടി എഴുതി:

"പ്രിയപ്പെട്ട നരേൻ, പാദങ്ങൾ ശ്രേഷ്ഠമെന്നു പറയുന്നതിന്റെ അർത്ഥം

എനിക്കു മനസ്സിലാകുന്നില്ല. നിങ്ങൾക്കും മനസ്സിലാകുന്നില്ലായിരിക്കാം. അതുകൊണ്ട് ഒരു പ്രയോഗം അനാവശ്യമാകുന്നു. നിങ്ങൾ എന്റെ പാദങ്ങളെയാണ് ബഹുമാനിക്കുന്നത്. എന്നെയല്ല. എന്റെ പാദങ്ങൾ എന്റെ ശരീരത്തിന്റെ ഭാഗമാണെന്നും അതു പ്രത്യേകം നിലനിൽക്കുന്നില്ലെന്നും നിങ്ങൾ അറിയണം. അതിനെന്തെങ്കിലും കൊടുക്കുക എന്നത് അപ്രസക്തമാണ്. അവസാനമായി പറയാനുള്ളത് ആദരണീയമായ ഒരു ബഹുവചനം ഉപയോഗിച്ചതിലൂടെ നിങ്ങൾ ഭക്തി പ്രകടിപ്പിക്കുകയായിരുന്നു. ചില നാൽക്കാലികളെ നിങ്ങൾ ആരാധിക്കുന്നുണ്ടാവും. എന്റെ ജീവശാസ്ത്രപരമായ വ്യക്തിത്വത്തെ സംബന്ധിച്ചുള്ള നിങ്ങളുടെ അജ്ഞത തീർക്കാൻ ഞാൻ ബാദ്ധ്യസ്ഥനാകുന്നു.

മൂന്ന്

സചിസിന്റെ സംശയങ്ങൾ മാറ്റാൻ ജഗ്മോഹൻ അയാളുമായി സംവാദത്തിൽ ഏർപ്പെടുമായിരുന്നു. മടിച്ചാൽ അദ്ദേഹം പറയും: "തുറന്ന സംഭാഷണത്തിലൂടെ മാത്രമേ എതിർവശമെന്തെന്നു മനസ്സിലാക്കാൻ കഴിയൂ. എതിർപ്പിനെ മറികടക്കുമ്പോൾ അപമാനത്തിന്റെ വേരുകൾ പറിച്ചു കളയാൻ സാധിക്കുന്നു. കടന്നലിനെ ഇല്ലാതാക്കാൻ അതിന്റെ കൂടുതന്നെ നശിപ്പിക്കണം. ഞാൻ സചിസിന്റെ ശിരസ്സിനുള്ളിൽ നിന്ന് അപമാനത്തിന്റെ കൂടുകൾ വലിച്ചു താഴെയിടുകയാണ്."

സചിസിന്റെ പഠനം കഴിഞ്ഞപ്പോൾ അയാൾ ഏതു വഴിയിലേക്കാണു തിരിയുന്നതെന്നു മനസ്സിലാക്കിയ ഹരിമോഹൻ അയാളെ ജഗ് മോഹന്റെ സ്വാധീനത്തിൽ നിന്നു മോചിപ്പിക്കാൻ ശ്രമിക്കുകയുണ്ടായി. അപ്പോഴേക്കും ജഗ് മോഹൻ എറിഞ്ഞ ചൂണ്ട വളരെ ആഴത്തിൽ തറച്ചുകഴിഞ്ഞിരുന്നു. അതറിഞ്ഞപ്പോൾ ഹരിമോഹൻ മകനെ ഒഴിവാക്കി ജ്യേഷ്ഠനെക്കുറിച്ച് ഓരോ അപവാദങ്ങൾ പ്രചരിപ്പിക്കാൻ ആരംഭിച്ചു. അതു വ്യക്തിപരമായ കാര്യങ്ങളല്ല, വിശ്വാസത്തിന്റെ കാര്യങ്ങളായിരുന്നു. കോഴിയെ തിന്നുന്നത് ഹരിമോഹൻ ക്ഷമിക്കാൻ തയ്യാറാണ്, അതിനെ മട്ടൻ എന്നുവിളിക്കാമെങ്കിൽ. ആ രീതിയിലുള്ള കള്ളം പറഞ്ഞു സമാധാനിക്കാനും പറ്റാത്ത അവസ്ഥയിലായി അയാളും സഹോദരനുമായുള്ള ബന്ധം. അതു പോരിലേക്കായിരുന്നു നയിച്ചത്.

ജഗ്മോഹന്റെ നിരീശ്വരവാദത്തിന്റെ അടിസ്ഥാനകാരണങ്ങളിലൊന്ന് മറ്റുമനുഷ്യരുടെ സങ്കടങ്ങൾ മാറ്റുകയും അവരെ കഴിവതു സഹായിക്കുകയും ചെയ്യുക എന്നുള്ളതായിരുന്നു. അതിൽ എത്ര നന്മ ഉണ്ടാ

യാലും അതു ചെയ്യാനൊരുമ്പെടുന്നവർ വളരെ വിഷമിക്കേണ്ടതായിവരും. ആരുടെയും അനുഗ്രഹമോ അഭിനന്ദനമോ പുരസ്ക്കാരമോ പുണ്യമോ അതു പ്രതീക്ഷിക്കുന്നില്ല.നിങ്ങൾ ഇങ്ങനെ മറ്റുള്ളവർക്ക് ഉപകാരം ചെയ്യുന്നതിന്റെ ഉദ്ദേശ്യമെന്തെന്നു ചോദിച്ചാൽ ഒരുദ്ദേശ്യവുമില്ലെന്ന് ജഗ്മോഹൻ പറയും.

"ഉദ്ദേശ്യമില്ലെന്നുള്ളതാണ് ഏറ്റവും വലിയ ഉദ്ദേശ്യം."

അദ്ദേഹം സചിസിനോടു പറഞ്ഞു:

"നോക്കൂ മകനെ, നമ്മൾ നിരീശ്വരവാദികളാണ്. അതിലുള്ള അഭിമാനം നമ്മളെ എല്ലാകാര്യത്തിലും സംശുദ്ധരാക്കും. നമ്മുടെ പ്രവർത്തനപരിപാടിയിൽ ഒരു കറുത്തപുള്ളിപോലും വീഴരുത്. നാം ചെയ്യുന്നതിന്റെയെല്ലാം ഉത്തരവാദിത്വം നമുക്കുതന്നെയാണ്. അതു നാം മറ്റാരുടെയും ശിരസ്സിൽ കെട്ടിവെക്കുന്നില്ല."

ജഗ്മോഹന്റെ സേവനസരണിയായ "കൂടുതൽ നന്മ കൂടുതൽ പേർക്ക്" നടപ്പാക്കുന്ന ശിഷ്യനായിരുന്നു സചിസ്. അവരുടെ പരിസരങ്ങളിൽ മൃഗത്തോൽ സംസ്ക്കരിക്കുന്ന കുറേ തൊഴിൽ ശാലകൾ ഉണ്ടായിരുന്നു. അതിന്റെ ഉടമസ്ഥന്മാർ മുസ്ലീംങ്ങളും തൊഴിലാളികൾ ചമാർ ജാതിക്കാരുമായിരുന്നു. മറ്റുള്ളവർ ചമാറന്മാരേ ഏറ്റവും ഹീന ജാതിയായാണ് കണക്കാക്കിയിരുന്നത്. വളരെ ഇരുട്ടിലും കഷ്ടപ്പാടിലുമായിരിരുന്നു അവർ കഴിഞ്ഞിരുന്നത്. അവരെ ഉദ്ധരിക്കാനുള്ള ഒരു പരിപാടി ആരംഭിച്ചു. വല്യച്ഛനും മകനും. അതറിഞ്ഞപ്പോൾ ഹരിമോഹനന്റെ നെറ്റിയിലെ ചന്ദനക്കുറി തീനാളമായി. അയാളുടെ തലക്കുതീപിടിച്ചു.

വേദങ്ങളോ പാരമ്പര്യമോ പറഞ്ഞാൽ തന്റെ സഹോദരന് അവയെ ധിക്കരിക്കാനുള്ള ത്വര വർദ്ധിക്കുമെന്നു ഹരിമോഹനറിയാം. പകരം തങ്ങളുടെ കുടുംബസ്വത്ത് അനാവശ്യമായി ജ്യേഷ്ഠൻ ചെലവഴിക്കുമെന്ന് ഒരുപരാതി അയാൾ ഉന്നയിച്ചു. ജഗ്മോഹൻ പറഞ്ഞു.

"എന്നോടു കണക്കുചോദിക്കുന്നതിനുമുമ്പ് കുടവയറന്മാരായ പുരോഹിതന്മാർക്കും പണ്ടകൾക്കും നീ കൊടുത്തു നഷ്ടപ്പെടുത്തിയ പണത്തിന്റെ കണക്ക് എനിക്കു കിട്ടണം."

തറവാട്ടിൽ ജഗ് മോഹൻ പാർക്കുന്ന ഭാഗത്ത് ഒരു വലിയ സദ്യക്കുള്ള ഒരുക്കങ്ങൾ ഒരുദിവസം കാണപ്പെട്ട പാചകക്കാരും വിളമ്പുകാരുമെല്ലാം മുസ്ലീംങ്ങളായിരുന്നു.

ഹരിമോഹൻ ശുദ്ധനായി.

അയാൾ സചിസിനെ വിളിച്ചു ചോദിച്ചു:

"നീ നിന്റെ ചമാർ ചങ്ങാതിമാരേ ഈ വീട്ടിൽ വിളിച്ച് ഊട്ടാൻ പോവുകയാണോ?"

"എനിക്കതിനാഗ്രഹമുണ്ടെങ്കിലും പണമില്ല. അവരെ വല്യച്ഛനാണു ക്ഷണിച്ചത്"

പുരന്ദർ അപ്പോൾ അവിടെ വന്നു. അച്ഛനേക്കാൾ എതിർപ്പു മകനായിരുന്നു. അയാൾ പുലമ്പി:"ഇവിടെ വന്നിരുന്നു തിന്നാൻ അവരെങ്ങനെ ധൈര്യപ്പെടുമെന്ന് എനിക്കൊന്നുകാണണം."

ഹരിമോഹൻ എതിർപ്പുമായി ജഗ്മോഹനെ നേരിൽ കണ്ടു.

ജഗ്മോഹൻ പറഞ്ഞു:

" നീ എന്നും ഓരോന്നു പറഞ്ഞു നിന്റെ ദൈവങ്ങളേയും പുരോഹിതന്മാരേയും ഊട്ടാറുണ്ടല്ലോ. ഞാൻ അതിനെ എതിർക്കാറില്ല. ഞാൻ ചെയ്യുമ്പോൾ നീയും എതിർക്കാൻ പാടില്ല."

"ഇവരാണോ നിങ്ങളുടെ ദൈവം?"

"അതെ, അവർ തന്നെ എന്റെ ദൈവം."

"നിങ്ങൾ ബ്രഹ്മോ ആയിമാറിയോ?" (രാജാറാം മോഹൻ റോയ് സ്ഥാപിച്ച ബ്രഹ്മസമാജത്തിൽ വിശ്വസിക്കുന്നവർ)

ജഗ് മോഹൻ പറഞ്ഞു:

"ബ്രഹ്മോമാർ നിരാകാരദൈവത്തിൽ വിശ്വസിക്കുന്നവരാണ്. നിങ്ങൾ കേൾക്കാൻ കഴിവില്ലാത്ത ആൾരൂപമായ ദൈവത്തിൽ വിശ്വസിക്കുന്നു. ഞങ്ങൾ കാണുകയും കേൾക്കുകയും ചെയ്യുന്നതും പ്രവൃത്തി എടുക്കുന്നതുമായ ജീവിച്ചിരിക്കുന്ന ദൈവത്തിൽ വിശ്വസിക്കുന്നു..."

"അപ്പോൾ ഈ മുസൽമാൻമാരും ചമാറന്മാരും നിങ്ങളുടെ ദൈവങ്ങളാണെന്നാണോ പറയുന്നത്?"

"അതെ അവർ എന്റെ ദൈവങ്ങൾ. തന്നെയാണ്. അവരുടെ കഴിവെന്താണെന്നു നിങ്ങൾക്കു നിങ്ങളുടെ കണ്ണുകൾകൊണ്ടു കാണാം. നിങ്ങൾ അവർക്കു ഭക്ഷണം കൊടുത്താൽ അവർ അവരുടെ കൈകൾകൊണ്ടെടുത്ത് അതു ഭക്ഷിക്കുന്നു. നിങ്ങളുടെ ദൈവങ്ങൾക്കാർക്കുംതന്നെ ഇങ്ങനെയൊരത്ഭുതം കാണിക്കാൻ കഴിയുകയില്ല. ഞാനതു കാണാൻ ഇഷ്ടപ്പെടുന്നു. അന്ധന്മാരല്ലെങ്കിൽ നിങ്ങൾക്കും അതുകാണാം, ആസ്വദിക്കാം. "

പുരന്ദർ എല്ലാ ഒരുക്കങ്ങളും തകർത്തുകളയുമെന്ന് ഭീഷണിപ്പെടുത്തിയപ്പോൾ ജഗ് മോഹൻ പറഞ്ഞു:

"കുരങ്ങുകളിക്കാതിരിക്കെടാ. എന്റെ ദൈവങ്ങളെ നീ കൈവെച്ചാൽ ആ നിമിഷം അതിന്റെ ഫലം നീ അറിയും. അതിനു ഞാനൊന്നും ചെയ്യേണ്ടതില്ല."

വീരസ്യം പറയുമെങ്കിലും അവന്റെ അച്ഛനേക്കാൾ ഭീരുവായിരുന്നു പുരന്ദർ. എതിർപ്പില്ലെന്നു തോന്നിയാലേ അവൻ വഷളത്തത്തിനു പോവുകയുള്ളൂ. മുസ്ലീങ്ങളും ചമാറന്മാരുമായ അയൽക്കാരോടു വഴക്കിനുപോവാൻ അവനു പേടിയായിരുന്നു. അവൻ മനസ്സിലെ പകയെല്ലാം അനുജന്റെ മേൽ ചൊരിഞ്ഞു. ചേട്ടൻ പറഞ്ഞതെല്ലാം കേട്ടുനിന്നതല്ലാതെ സചിസ് മറുപടി ഒന്നും പറഞ്ഞില്ല. സദ്യ ഒരു മുടക്കവും കൂടാതെ നടക്കുകയും ചെയ്തു.

നാല്

ഇനി ഇതു തുടർന്നു കൊണ്ടുപോവാൻ അനുവദിക്കരുതെന്നു ഹരിമോഹൻ തീരുമാനിച്ചു. ജ്യേഷ്ഠനെതിരെ പോരിന് അയാൾ അരയും തലയും മുറുക്കി ഇറങ്ങി. കുടുംബത്തിന്റെ പരദേവതയുടെ ഭൂമി ട്രസ്റ്റാക്കി നിലനിർത്തിയിരുന്നതിൽ നിന്നുള്ള ആദായമായിരുന്നു അവരുടെ വരുമാനം. അവിശ്വാസിയായതിനാൽ ക്ഷേത്രത്തിന്റെ ട്രസ്റ്റിയായിരിക്കാൻ ജഗ് മോഹൻ അയോഗ്യനാണെന്നു കാണിച്ച് ഹരിമോഹൻ ജില്ലാക്കോടതിയിൽ കേസ്സുകൊടുത്തു. സാക്ഷികൾക്ക് ഒരു പഞ്ഞവും ഉണ്ടായിരുന്നില്ല. സ്വന്തക്കാർ തന്നെ ജഗ്മോഹനെതിരായി പറയാൻ ധാരാളമുണ്ടായിരുന്നു. തർക്കത്തിനോ എതിർവാദത്തിനോ ജഗ്മോഹൻ പോയില്ല. താൻ നിരീശ്വരവാദിയാണെന്ന് അദ്ദേഹം കോടതിയിൽ പറഞ്ഞു. തനിക്കു പവിത്രമായ ഭക്ഷണവും പവിത്രമല്ലാത്ത ഭക്ഷണവും ഏതെന്നറിഞ്ഞുകൂടാ. ബ്രഹ്മാവിന്റെ ശരീരത്തിന്റെ ഏതു ഭാഗത്തുനിന്നാണ് മുസ്ലീം സൃഷ്ടിക്കപ്പെടുന്നതെന്നു നിശ്ചയമില്ല. മുസ്ലീംങ്ങളുമായോ ചമാറന്മാരുമായോ ഇടപഴകുന്നതിൽ തനിക്കൊരു സങ്കോചവുമില്ല."

എല്ലാം കേട്ടതിനുശേഷം ജഗ്മോഹന് ക്ഷേത്രം ട്രസ്റ്റിയായിരിക്കാൻ അർഹതയില്ലെന്നു കോടതി വിധിച്ചു. ഹൈക്കോടതിയിൽ പോയാൽ വിധി റദ്ദാക്കപ്പെടുമെന്ന് വക്കീലന്മാർ ഉപദേശിച്ചു എങ്കിലും ജഗ് മോഹൻ അതിനൊരുമ്പെട്ടില്ല.

അദ്ദേഹം പറഞ്ഞു: "ഞാൻ അംഗീകരിക്കാത്ത ഒരു ദൈവത്തെ ചതിക്കാൻ എനിക്കവകാശമില്ല. ദൈവങ്ങളിൽ വിശ്വസിക്കുന്നവർക്കാണ് അവരെ വഞ്ചിക്കാനുള്ള ഭക്തിയും കൗശലങ്ങളുമുള്ളത്."

ആരോ ചോദിച്ചു: "ഇനി വരുമാനമില്ലാതെ നിങ്ങൾ എങ്ങനെ ജീവിക്കും"

"ഒരു വഴിയുമില്ലെങ്കിൽ വായു ഭക്ഷിക്കും." ജഗ് മോഹൻ പറഞ്ഞു.

തന്റെ വിജയം ആഘോഷിക്കാനൊന്നും ഹരിമോഹൻ തുനിഞ്ഞില്ല. അങ്ങനെ ചെയ്താൽ ജ്യേഷ്ഠന്റെ ശാപം തന്റെ മേൽ പതിയുമെന്ന ഒര സ്ധവിശ്വാസം അയാൾക്കുണ്ടായിരുന്നു. എന്നാൽ പുരന്ദർ ഒരു പകവീട്ടലിന്റെ ലഹരിയിലായിരുന്നു. ചമാറന്മാരെ വീട്ടിൽ കയറ്റി വീട് അശുദ്ധമാക്കുന്നതു തടയാൻ കഴിയാത്തതിന്റെ രോഷം അയാൾക്കു കോടതി വിധി വന്നപ്പോഴാണു തീർന്നത്. ആരുടെ ദൈവമാണ് ജയിച്ചതെന്ന് ഇപ്പോൾ വ്യക്തമായിക്കഴിഞ്ഞു.

ഒരു ദിവസം രാവിലെ അയാൾ വീട്ടിൽ ഉത്സവാഘോഷം തുടങ്ങി. കൊട്ടും മേളവും കേട്ട് വീടിന്റെ മറ്റൊരു ഭാഗത്ത് ജഗ്മോഹനോടു സംസാരിച്ച് കൊണ്ടിരുന്ന അദ്ദേഹത്തിന്റെ സുഹൃത്തു കാര്യമന്വേഷിച്ചു.

ജഗ്മോഹൻ പറഞ്ഞു: "എന്റെ ദൈവത്തിന്റെ ഗ്രഹണം ഉത്സവമാക്കുകയാണ്. ആഘോഷിക്കേണ്ട കാര്യം തന്നെ!"

രണ്ടുനാളത്തെ ഒരുക്കമായിരുന്നു ബ്രാഹ്മണഭോജനത്തിന്. പുരന്ദർ തറവാടിന്റെ ഉത്തമപുത്രനെന്നു വാഴ്ത്തപ്പെട്ടു.

അതിനുശേഷം തറവാടു ഭാഗിക്കുകയുണ്ടായി. വീടിനെ രണ്ടായി തിരിച്ചുകൊണ്ട് മധ്യത്തിൽ ഒരു ഭിത്തി ഉയർന്നുവന്നു.

വിശ്വാസങ്ങൾ എന്തുതന്നെയായാലും ഭൗതികസുഖങ്ങൾക്കുള്ള മനുഷ്യന്റെ മോഹം പ്രകൃതി ദത്തമാണെന്നും ഹരിമോഹൻ വിശ്വസിച്ചു. പാപ്പരായ ജഗ്മോഹനെ വിട്ട് സചിസ് ഇനി തന്റെ കൂടെ വരുമെന്ന് അയാൾ പ്രതീക്ഷിച്ചു. നല്ലഭക്ഷണം കഴിക്കാനും നല്ല വസ്ത്രങ്ങൾ ധരിക്കാനും മകന് ആഗ്രഹമുണ്ടാകുമല്ലോ. പക്ഷെ സചിസ് തന്റെ പിതാവിന്റെ പ്രതീക്ഷകൾക്കു വഴങ്ങിയില്ല. ആ പാരമ്പര്യത്തിൽ വിശ്വസിച്ചതുമില്ല. അയാൾ ജഗ്മോഹനൊപ്പം തന്നെ നിന്നു.

താൻ തന്റെ പുത്രനായി വളർത്തിയ സചിസ് തനിക്കുശേഷം വീടിന്റെ അവകാശിയാവുന്നത് സ്വാഭാവികമായി മാത്രമേ ജഗ്മോഹൻ കരുതിയിരുന്നുള്ളൂ. ഹരിമോഹൻ അവരെ തമ്മിൽ അകറ്റാൻ മറ്റൊരു വിദ്യ പ്രയോഗിച്ചു. അയാൾക്ക് ജഗ്മോഹന്റെ ദൗർബല്യം അറിയാമായിരുന്നു. അയാൾ എല്ലാവരോടും പറഞ്ഞു സചിസിനെ കൂടെ നിർത്തി ജഗ് മോഹൻ വലിയ കളി കളിക്കുകയാണെന്ന്.

തനിക്കു ജ്യേഷ്ഠനോടു ദയയുണ്ടെന്നു കാണിക്കാൻ കണ്ണിൽ വെള്ളം

വരുത്തി അയാൾ നാട്ടുകാരോടു പറഞ്ഞു: "എന്റെ സഹോദരൻ പട്ടിണി കിടക്കുന്നതു കാണാൻ ഞാനാഗ്രഹിക്കുമോ? പക്ഷെ എനിക്ക് അംഗീ കരിക്കാൻ കഴിയാത്തത് എന്റെ മകനെ കൂടെ നിർത്തി അയാൾ കാണി ക്കുന്ന കുതന്ത്രമാണ്. അയാളുടെ സൂത്രം എത്രമാത്രം വിജയിക്കുമെന്നു കാണട്ടെ."

സ്നേഹിതന്മാർ ഈ വർത്തമാനം ജഗ്മോഹനെ അറിയിച്ചപ്പോൾ അദ്ദേഹം വിചാരത്തിലാണ്ടു. കാര്യങ്ങൾ ഈ രീതിയിൽ സംഭവിക്കാ മെന്നു നേരത്തെ കാണാൻ കഴിയാതിരുന്നതിൽ സ്വയം കുറ്റപ്പെടുത്തി. ഇനി സചിസിനെ അവിടെ താമസിപ്പിക്കാൻ പാടില്ല. അദ്ദേഹം സചി സിനെ വിളിച്ചു ഗുഡ്ബൈ പറഞ്ഞു.

വല്യച്ഛൻ തീരുമാനിച്ചാൽ തീരുമാനിച്ചതു തന്നെ. തർക്കിച്ചിട്ടു കാര്യ മില്ലെന്ന് സചിസിന് അറിയാമായിരുന്നു. ആ യാത്രപറച്ചിൽത്തന്നെ അതീ വദുഃഖത്തിന്റെ ശബ്ദമായിരുന്നു. ജനിച്ചിട്ടു പതിനെട്ടു വർഷക്കാലമായി മുറിയാതെ നിന്ന ബന്ധമാണ് ഇപ്പോൾ മുറിക്കപ്പെട്ടിരിക്കുന്നത്. സചിസ് ഒരു കുതിരവണ്ടി വിളിച്ചുകൊണ്ടുവന്ന് അയാളുടെ പെട്ടിയും കിടക്കയു മെല്ലാം കയറ്റിക്കൊണ്ടുപോയി. അയാൾ പോയിക്കഴിഞ്ഞപ്പോൾ ആ വേദന സഹിക്കാൻ കഴിയാതെ ജഗ്മോഹൻ തന്റെ മുറിയിൽക്കയറി കത കടച്ചു കുറ്റിയിട്ടു. ആ ദിവസം മുഴുവനും അദ്ദേഹം വെറും നിലത്തുകി ടന്നു വിചാരപ്പെടുകയായിരുന്നു. സന്ധ്യയായപ്പോൾ പഴയപരിചാരകൻ വന്നു വിളക്കുകത്തിക്കാനായി വാതിലിൽ മുട്ടി. അദ്ദേഹം തുറന്നില്ല.

ഏറ്റവും കൂടുതൽ നന്മ ഏറ്റവും കൂടുതൽ ആളുകൾക്കു നൽകാൻ പുറപ്പെട്ടവന്റെ അവസ്ഥ മഹാകഷ്ടംതന്നെ! ശാസ്ത്രത്തിന്റെ അളവു കൾക്കു മനുഷ്യന്റെ മനസ്സറിയാൻ കഴിയില്ല. ഒന്ന്, രണ്ട്, മൂന്ന് എന്നെ ണ്ണുമ്പോലെ വെറുമൊരു നമ്പരാണോ സചിസ്? അയാളെ ഒഴിവാക്കിയ തിലൂടെ ജഗ് മോഹന്റെ ഹൃദയം പിളരുകയായിരുന്നു.

എന്തിനു വണ്ടിവിളിച്ചുകൊണ്ടുവന്നെന്നും എന്തിനു സാധനങ്ങൾ കൊണ്ടുപോകുന്നെന്നും ജഗ് മോഹൻ സചിസിനോടു ചോദിച്ചില്ല. സചിസ് അച്ഛന്റെ വീട്ടിലേക്കല്ല ഒരു സ്നേഹിതന്റെ മുറിയിലേക്കാണ് പോയത്. അത് ഹരിമോഹന് വളരെ കുണ്ഠിതമുണ്ടാക്കി. സ്വന്തം മകൻ അച്ഛന് അപരിചിതനായിത്തീരുന്ന കാര്യം പറഞ്ഞ് അയാൾ കണ്ണീരൊ ഴുക്കി.

കുടുംബഭാഗത്തിനുശേഷം സ്വന്തമായി അധികാരം സ്ഥാപിച്ച പുര ന്ദർ വീട്ടിനുള്ളിൽ ഒരു ദേവതയെ പ്രതിഷ്ഠിച്ച് ആരാധിക്കാൻ ആരംഭി

ച്ചു. കാലത്തും വൈകീട്ടുമുള്ള പൂജയുടെ ശംഖുനാദവും മണിയടിയും വല്യച്ഛനെ എത്രമാത്രം ശല്യപ്പെടുത്തുവെന്നോർത്തായിരുന്നു അയാൾ സന്തോഷിച്ചതെല്ലാം.

ജീവിക്കാൻ സചിസ് പ്രൈവറ്റ് ട്യൂഷൻ തുടങ്ങി. ജഗ്മോഹൻ ഒരു സ്ക്കൂളിന്റെ ഹെഡ്മാസ്റ്റർ ജോലി സ്വീകരിച്ചിരുന്നു. നിരീശ്വരവാദിയുടെ പിടിയിൽനിന്നു കുട്ടികളെ രക്ഷപ്പെടുത്തുന്ന വഴിയായിരുന്നു ഹരിമോഹനും പുരന്ദറും ആലോചിച്ചത്.

അഞ്ച്

കുറച്ചു ദിവസങ്ങൾക്കുശേഷം ആകസ്മികമായി ജഗ്മോഹന്റെ വീട്ടിലേക്കു സചിസ് കയറി ചെന്നു.

വായനാമുറിയിലിരുന്നു വായിക്കുകയായിരുന്ന ജഗ്മോഹൻ അയാളെ കണ്ട ഉടനെ എഴുന്നേറ്റു കെട്ടിപ്പിടിച്ചു.

“പറ എന്തുണ്ട് വിശേഷം?”

സചിസ് വന്നിരിക്കുന്നത് ഒരു പെൺകുട്ടിയുടെ പ്രശ്നവുമായാണ്. നാനിബാല എന്നാണ് അവളുടെ പേര്. പിതാവ് മരിച്ചപ്പോൾ അവളും വിധവയായ അമ്മയും ചിറ്റപ്പന്റെ വീട്ടിലായിരുന്നു താമസിച്ചത്. അവിടെ പ്രശ്നങ്ങളൊന്നും ഉണ്ടായിരുന്നില്ല. എന്നാൽ അവളുടെ അമ്മ മരിക്കുകയും അവൾ തനിച്ചാവുകയും ചെയ്തപ്പോൾ കുഴപ്പങ്ങളുണ്ടായി. ചിറ്റപ്പന്റെ മകൻ ചീത്ത കൂട്ടുകെട്ടുള്ളവനായിരുന്നു. അവന്റെ കൂട്ടുകാരാരോ നാനിബാലയെ തട്ടിക്കൊണ്ടുപോയി. കുറച്ചുനാൾ അയാളോടൊപ്പം അവൾ കഴിഞ്ഞു. പിന്നെ എന്തോ സംശയം ഭാവിച്ച് അയാൾ അവളെ ഒഴിവാക്കി. സചിസ് ട്യൂഷനെടുക്കുന്ന വീടിന്റെ അടുത്ത വീട്ടിലാണ് ഇത് സംഭവിച്ചിരിക്കുന്നത്. ഹതഭാഗ്യയായ ആ പെൺകുട്ടിയെ എങ്ങനെയും രക്ഷപ്പെടുത്തണമെന്ന് സചിസിന് ആഗ്രഹമുണ്ട്. അയാൾക്കുവീടില്ല പണവുമില്ല. പെൺകുട്ടിയാണെങ്കിൽ ഗർഭിണിയുമാണ്. അതുകൊണ്ടാണ് വല്യച്ഛന്റെ സഹായം തേടി അയാൾ വന്നിരിക്കുന്നത്.

അങ്കിളിന്റെ പ്രതികരണമെന്താണെന്ന് അയാൾക്ക് ഊഹിക്കാൻ കഴിഞ്ഞില്ല. പക്ഷെ ജഗ് മോഹൻ സംഭവമറിഞ്ഞ് ആകെ അസ്വസ്ഥനായി. പെൺകുട്ടിയെ തട്ടിക്കൊണ്ടുപോയി നശിപ്പിച്ചവനെ അപ്പോൾ മുമ്പിൽ കണ്ടാൽ അവന്റെ തലയെടുക്കാനുള്ള രോഷമുണ്ടായിരുന്നു അദ്ദേഹത്തിന്. വെറുതെ രോഷം കാട്ടിയതുകൊണ്ടു കാര്യമില്ലെന്നും ഫലപ്രദമായി എന്തെങ്കിലും ചെയ്യണമെന്നും അദ്ദേഹം ഉറച്ചു.

“അവൾക്കു താമസിക്കാൻ ഇടം വേണമെങ്കിൽ എന്റെ ലൈബ്രറിയിലാവാം...” അദ്ദേഹം പറഞ്ഞു.

“ലൈബ്രററിയോ?” സചിസ് അമ്പരപ്പോടെ ചോദിച്ചു.

“എന്താ?”

“അതിലെ പുസ്തകങ്ങൾ എന്തുചെയ്യും?”

“അവിടെ പുസ്തകങ്ങളില്ല.”

ജോലി ലഭിക്കുന്നതിനുമുമ്പ് ചെലവുകൾ നടത്തിക്കൊണ്ടുപോകാൻ തന്റെ പുസ്തകങ്ങൾ കുറെയേറെ വിറ്റിരുന്നു ജഗ്മോഹൻ. ബാക്കിയുള്ളത് അയാൾ കിടപ്പുമുറിയിലേക്കു മാറ്റിവച്ചു.

ജഗ് മോഹൻ പറഞ്ഞു:

“ഇനി താമസിക്കേണ്ടാ. ആ പെൺകുട്ടിയെ കൂട്ടിക്കൊണ്ടുവരൂ.”

“ഞാൻ അവളെ കൂടെ കൊണ്ടുവന്നിട്ടുണ്ട്. താഴെ മുറിയിലിരിക്കുന്നു അവൾ.”

ജഗ്മോഹൻ ഉടനെ താഴെയിറങ്ങി. അവിടെ ഗോവണിക്കരികിലുള്ള മുറിയുടെ മൂലയിൽ ഒരു തുണിക്കെട്ടുപോലെ പതുങ്ങിയിരിക്കുന്നു അവൾ.

അദ്ദേഹം പെട്ടെന്ന് അകത്തേക്കുചെന്നപ്പോൾ അവളാകെ ഭയന്നുപോയി. ക്ഷോഭത്തിനിടയിലും സൗമ്യമായി അദ്ദേഹം അവളോടു സംസാരിച്ചു. അവൾ സാരികൊണ്ടു വായ്പൊത്തി ഏങ്ങലടിച്ചു കരഞ്ഞു. അവളുടെ സഹതാപാർഹമായ രൂപവും വേഷവും കണ്ട് അദ്ദേഹത്തിന്റെ കണ്ണുകൾ നിറഞ്ഞു പോയി.

അദ്ദേഹം പറഞ്ഞു:

“സങ്കടപ്പെടാതെ മകളെ, ഞങ്ങൾ നിനക്കുവേണ്ടതെല്ലാം ചെയ്യും.”

അദ്ദേഹം തിരിഞ്ഞു സചിസിനോടു പറഞ്ഞു: “ഈ പെൺകുട്ടിയുടെ അപമാനം നമ്മുടെയും അപമാനമാണ്; എന്റെയും നിന്റെയും ജോലി അപമാനത്തിൽനിന്ന് അവളെ രക്ഷിക്കുകയാകുന്നു. നോക്കു എത്ര കഷ്ടമാണ് അവളുടെ അവസ്ഥ. ആരാണവളെ ഈ അവസ്ഥയിൽ ആക്കിത്തീർത്തത്.” അദ്ദേഹം അവളോടു പറഞ്ഞു.

“എന്റടുത്തു നാണിച്ചു നില്ക്കണ്ട, മകളെ, പണ്ട് എന്റെ സഹപാഠികൾ എന്നെ കിറുക്കൻ ജഗായ് എന്നുവിളിച്ചിരുന്നു. ഞാൻ ഇന്നും ആ ആൾതന്നെ.”

അവളുടെ കൈകളിൽപിടിച്ച് അദ്ദേഹം അവളെ എഴുന്നേൽപിച്ചു. അതിനിടയിൽ അവളുടെ മുഖാവരണം വീണുപോയിരുന്നു. അനാവരണം

ചെയ്യപ്പെട്ടത് പുതുപുഷ്പം പോലെ നിർമ്മലവും നിഷ്ക്കളങ്കവുമായ മുഖമായിരുന്നു. കുഴിയിൽവീണു പോയതാണെങ്കിലും ആ പുഷ്പത്തിൽ അഴുക്കു പറ്റിയിരുന്നില്ല. വേട്ടയാടപ്പെട്ട ഒരു മാൻകിടാവിനെപ്പോലെ ഭയചകിതയായിരുന്നു അവൾ. കരിമിഴികളിൽ ദൈന്യം നിഴലിച്ചിരുന്നു.

ജഗ്മോഹൻ നാനിബാലയെ വീടിന്റെ മുകളിലുള്ള തന്റെ മുറിയിലേക്കു കൂട്ടിക്കൊണ്ടുപോയി. മുറിയിലാകെ ഒന്ന് കണ്ണോടിച്ചിട്ട് പറഞ്ഞു:

"നോക്കൂ മകളെ, ഈ മുറി അടിച്ചു വാരിയിട്ടു നാളേറെയായി. ഇവിടെ ഒരടുക്കും ചിട്ടയുമില്ല. എനിക്കാണെങ്കിൽ ഭക്ഷണം കഴിക്കാനോ വിശ്രമിക്കാനോ ഒന്നിനും സമയം കിട്ടുന്നില്ല. നീ ഇതെല്ലാം വൃത്തിയിലും ക്രമത്തിലുമാക്കണം. അതു കിറുക്കൻ ജഗായിക്ക് ഒരു പുതിയ അനുഭവമാകട്ടെ. "

കടമകൾ എങ്ങനെ ഉണ്ടാവുമെന്ന് നാനിബാലക്ക് അറിയില്ലായിരുന്നു. അവളുടെ അമ്മ ജീവിച്ചിരുന്നപ്പോൾ പോലും അവൾക്ക് അങ്ങനെയൊരനുഭവം ഉണ്ടായിരുന്നില്ല. ആകുലതകളുടെ മുള്ളുകളുള്ള ബന്ധങ്ങൾ മാത്രമേ അവൾ കണ്ടിട്ടുള്ളൂ. അപരിചിതനായ ജഗ്മോഹൻ തന്റെ പ്രായമോ സ്ഥാനവലുപ്പമോ അവഗണിച്ച് കരുണാർദ്രമായ ഹൃദയത്തോടെ അവളെ സ്വീകരിച്ചത് അവളിൽ വിസ്മയം ഉളവാക്കി.

ജഗ് മോഹൻ വൃദ്ധയായ ഒരു വേലക്കാരിയെ നാനിബാലയുടെ സഹായത്തിനായി വിനിയോഗിച്ചു. അവളെ ഒരു രീതിയിലും വിഷമിപ്പിക്കരുതെന്ന നിർദ്ദേശം നൽകി.

സമുദായത്തിനു മുമ്പിൽ കളങ്കിതയായ താൻ പാചകം ചെയ്ത ഭക്ഷണം ബഹുമാനിതനായ ജഗ്മോഹൻ കഴിക്കുമോ എന്ന ഭയം ആദ്യ ദിവസങ്ങളിൽ നാനിബാലക്കുണ്ടായിരുന്നു. പക്ഷെ സംഭവിച്ചത് അവൾ പ്രതീക്ഷിച്ചതിലും വിപരീതമായിരുന്നു. അവൾ പാചകം ചെയ്ത ഭക്ഷണം മാത്രമേ ജഗ്മോഹൻ കഴിക്കുമായിരുന്നുള്ളു. അവൾതന്നെ വിളമ്പിക്കൊടുക്കണമെന്നും അവൾക്കു നിർബന്ധമുണ്ടായിരുന്നു.

അപവാദം പരത്തുന്നവർ വെറുതെ ഇരിക്കുകയില്ലെന്നും ഒരു കോളിളക്കം ഉണ്ടാകാതിരിക്കില്ലെന്നും ജഗ്മോഹന് അറിയാമായിരുന്നു. അതിന് അധികം താമസമുണ്ടായില്ല. നാനിബാല ജഗ്മോഹന്റെ മകളാണെന്നു തെറ്റിദ്ധരിച്ച വേലക്കാരി അവൾ അതല്ലെന്നറിഞ്ഞപ്പോൾ ക്രുദ്ധയായി. നാനിബാലയെ അസഭ്യം പറഞ്ഞുകൊണ്ട് വേല ഉപേക്ഷിച്ച് പോയി. അതൊരു കൊടുങ്കാറ്റുതന്നെ സൃഷ്ടിച്ചു.

ജഗ്മോഹൻ ആ സംഭവത്തോട് എങ്ങനെ പ്രതികരിക്കുമെന്ന് നാനി

ബാലയ്ക്ക് അറിയാൻ ഉത്കണ്ഠ ഉണ്ടായിരുന്നു.

അദ്ദേഹം പറഞ്ഞു: "എന്റെ ഭവനത്തിൽ പൂർണ്ണചന്ദ്രൻ ഉദിച്ച ദിവസങ്ങളാണിതു മകളെ. അപവാദത്തിന്റെ വേലിയേറ്റം ഉണ്ടാവേണ്ട സമയവും ഇതുതന്നെ. പക്ഷെ ജലം എത്ര കലങ്ങിയാലും അതു ചന്ദ്രപ്രഭയെ കളങ്കപ്പെടുത്തുന്നില്ല."

കുടുംബത്തിലെ ഒരു അമ്മാവി ഒരുദിവസം ഹരിമോഹന്റെ വീട്ടിൽനിന്ന് അതിർത്തി കടന്ന് ജഗ്മോഹനെ വന്നു കണ്ടു. അവർ വളരെ വിഷമത്തോടെ പറഞ്ഞു:

"ഞാനെന്താണീ കേൾക്കുന്നതു ജഗായ്. ആ പാപത്തിന്റെ പിണ്ഡത്തെ ഉടനെ പുറത്തു കളയൂ...'

ജഗ്മോഹൻ പറഞ്ഞു: "നിങ്ങളെല്ലാം ഭക്തിയുള്ളവരും പുണ്യം ചെയ്തവരുമാണ്. നിങ്ങൾക്ക് അങ്ങനെയൊക്കെ ചെയ്യാം. ഞാൻ പാപിയാകുന്നു. പാപത്തെ നിരാകരിച്ചാൽ എനിക്കെന്തു സംഭവിക്കുമെന്നു പറഞ്ഞുകൂടാ."

അമ്മായിയുടെ വരവിനുശേഷമായിരുന്നു ഒരു മുത്തശ്ശി വന്നത്. അവർ പറഞ്ഞു:"നീ ആ പെണ്ണിനെ ആശുപത്രിയിലാക്ക്. ഹരിമോഹൻ ചെലവുവഹിക്കാൻ തയ്യാറാണ്."

ജഗ് മോഹൻ ക്ഷുഭിതനായി.

"എന്ത് ആരോ ചെലവുചെയ്യുമെന്ന് പറഞ്ഞ് ഈ ചെറിയ അമ്മയെ ആശുപത്രിയിലാക്കാനോ?'(ബംഗാളികൾ പെൺകുട്ടികളെ ബഹുമാനത്തോടെ വിളിക്കുന്ന പേരാണ് ചെറിയമ്മ)

മുത്തശ്ശി നെറ്റിക്കു കൈവച്ചു.

"ആരെയാ നീ അമ്മയെന്നു വിളിച്ചത്?

"ജീവനെ ഗർഭത്തിൽ വഹിക്കുകയും വേദനയോടെ പ്രസവിക്കുകയും ചെയ്യുന്നവളാണ് അമ്മ. ഇവളെ ഈ സ്ഥിതിയിലാക്കിയ തെമ്മാടിയെ അച്ഛനായി ഞാൻ കണക്കാക്കുന്നില്ല. ദുഷ്ടന്മാർക്ക് ഒന്നേ അറിയാവൂ, പാവങ്ങളെ കഷ്ടത്തിലാക്കുക. അങ്ങനെ കഷ്ടത്തിലാക്കിയിട്ട് അവർ സ്വയം രക്ഷപ്പെടുന്നു."

ജഗ് മോഹന്റെ പ്രതികരണമറിഞ്ഞപ്പോൾ ഹരിമോഹന് സ്വസ്ഥതയില്ലാതായി. തന്റെ വീടിന്റെ മറ്റൊരു വശത്ത് മോശപ്പെട്ട കാര്യങ്ങൾ നടക്കുന്നത് അയാളെങ്ങനെ സഹിക്കും!

സചിസാണ് ഈ പാപത്തിനുത്തരവാദിയെന്നും അവന്റെ നിരീശ്വരവാദിയായ അങ്കിൾ അവനെ സംരക്ഷിക്കുകയാണെന്നും ഹരിമോഹൻ

വിശ്വസിച്ചു. അയാൾ അതു പെരുപ്പിച്ച് പലരോടും പറഞ്ഞു. ജഗ്മോഹൻ അത് കേട്ടെങ്കിലും പ്രതികരിച്ചില്ല. അടിസ്ഥാനരഹിതമായ ആരോപണങ്ങൾക്ക് മറുപടിയുടെ ആവശ്യമില്ലല്ലോ.

ജഗ്മോഹൻ പറഞ്ഞു:

"നമ്മുടെ നിരീശ്വരപ്രമാണമനുസരിച്ച് നല്ല പ്രവൃത്തികൾക്കു ലഭിക്കുന്ന സമ്മാനം ദൂഷണത്തിന്റെ നരകമായിരിക്കും."

ദോഷാരോപണങ്ങൾക്ക് പുതിയ പുതിയ നിറം ലഭിച്ചുതുടങ്ങിയപ്പോൾ അദ്ദേഹം സചിസിനോടൊപ്പം മുകൾനിലയിലിരുന്ന് ഉറക്കെ ഉറക്കെ ചിരിച്ചു. ഹരിമോഹന്റെ സ്വഭാവക്കാരായ മാന്യന്മാരൊന്നും തന്നെ സഹിക്കുന്നതായിരുന്നില്ല മോശമായ പ്രശ്നത്തിന്മേലുള്ള ഈ ആഹ്ലാദപ്രകടനം.

ഭാഗം വെക്കലിനു ശേഷം ജഗ്മോഹന്റെ ഭാഗത്തു തന്റെ നിഴൽ പോലും വീഴ്ത്തിയിരുന്നില്ല പുരന്ദർ. അയാൾക്കിപ്പോൾ അയൽവീട്ടിലുള്ള പെണ്ണിനെ കയ്യിലാക്കാൻ മോഹമുണ്ടായി. പുറത്തുനിന്നും വീട്ടിലേക്കുള്ള വാതിലുകളെല്ലാം ഭദ്രമായി അടച്ചിട്ടായിരുന്നു ജഗ്മോഹൻ സ്ക്കൂളിൽ പോകാറുള്ളത്. ഇടവേള നേരത്തു വീട്ടിൽ വന്ന് കുഴപ്പമൊന്നും സംഭവിച്ചിട്ടില്ലെന്ന് ഉറപ്പാക്കുകയും ചെയ്യുമായിരുന്നു.

ഒരു ദിവസം ഉച്ചകഴിഞ്ഞ നേരത്ത് പുരന്ദർ ഒരേണികൊണ്ടുവന്നു മതിലിൽ ചാരി അതിലൂടെ ജഗ്മോഹന്റെ വീടിനുള്ളിൽ കടന്നു. നാനിബാല ഭക്ഷണം കഴിഞ്ഞ് അവളുടെ മുറിയിൽക്കിടന്നു വിശ്രമിക്കുകയായിരുന്നു. കതകു തുറന്നു കിടന്നിരുന്നു.

പുരന്ദർ കള്ളനെപ്പോലെ പതുങ്ങിപ്പതുങ്ങി മുറിയിൽക്കടന്നു. അവളെ കണ്ട ഉടനെ അയാളുടെ വിസ്മയം ക്രോധത്തിനുവഴിമാറി. അയാൾ അലറി: "അപ്പോൾ നീയാണിവിടെ, അല്ലേ?

ശബ്ദം കേട്ടു കണ്ണുതുറന്ന നാനിബാല പുരന്ദറെ കണ്ടു വെള്ളശ്ശീലപോലെ വിളറിപ്പോയി. അവൾക്ക് എഴുന്നേറ്റ് നിൽക്കാൻ പോലും കഴിഞ്ഞില്ല.

സ്തബ്ധയായിപ്പോയ അവളെ പുരന്ദർ വീണ്ടും വീണ്ടും വിളിച്ചു.

"നാനീ...നാനീ"

ആ സന്ദർഭത്തിൽ ജഗ്മോഹൻ പിന്നിൽനിന്നു മുറിയിൽ പ്രവേശിച്ചു. പുരന്ദറിന്റെ നേരെ വിരൽചൂണ്ടി അദ്ദേഹം ആക്രോശിച്ചു.

"ഗെറ്റൗട്ട്..."

പുരന്ദർ വിരളിപിടിച്ച പൂച്ചയെപ്പോലെ നിന്നപ്പോൾ ജഗ്മോഹൻ അലറി: "ഇറങ്ങെടാ വേഗം. അല്ലെങ്കിൽ ഞാൻ പോലീസിനെ വിളിക്കും."

പുരന്ദർ നാനിയെ ദഹിപ്പിക്കുന്ന ഒരുനോട്ടം നോക്കിയിട്ട് മുറിവിട്ടു പോയി. നാനാ ബോധരഹിതയായിത്തീർന്നു.

ജഗ്മോഹനു ചില സംശയങ്ങളുണ്ടായി. അദ്ദേഹം സചിസിനെ വിളിച്ചു വിശദമായി ചോദ്യം ചെയ്തപ്പോൾ നാനിയെ പിഴപ്പിച്ചതു പുരന്ദറാണെന്നു വ്യക്തമായി. സചിസ് സത്യം അദ്ദേഹത്തോടു പറഞ്ഞിരുന്നില്ല, രഹസ്യമായിവച്ചിരിക്കുകയായിരുന്നു. പറഞ്ഞാൽ അങ്കിൾ വലിയ കോലാഹലമുണ്ടാക്കുമെന്നു അയാൾ ഭയന്നു. കൽക്കത്ത മുഴുവൻ പരതിയാൽ അങ്കിളിന്റെ വീടുപോലെ ഇത്ര സുരക്ഷിതമായ സ്ഥലം അവൾക്കു കിട്ടുകയില്ലെന്ന് അയാൾക്കു നിശ്ചയമുണ്ടായിരുന്നു. പുരന്ദർ പ്രവേശിക്കാൻ ഭയപ്പെടുന്ന സ്ഥലം.

മുളയിലകൊടുങ്കാറ്റിലെന്നപോലെ ആ ദിവസങ്ങളിൽ വിറകൊള്ളുകയായിരുന്നു നാനി. അവൾ അത്രക്കു നടുങ്ങിപ്പോയിരുന്നു. ആ നടുക്കത്തിന്റെ മൂർദ്ധന്യത്തിൽ ജീവനില്ലാത്ത ഒരു ശിശുവിനെ അവൾ പ്രസവിച്ചു.

വിധിതന്നെ ഇങ്ങനെ ചതിക്കുമെന്നു പുരന്ദർ വിചാരിച്ചിരുന്നില്ല. അന്നൊരു രാത്രിയിൽ നാനിബാലയെ തൊഴിച്ചുപുറത്താക്കിയശേഷം അവൾ എവിടെയെന്ന് അയാൾ പലയിടത്തും അന്വേഷിച്ചിരുന്നു. എങ്ങും കാണാൻ കഴിഞ്ഞില്ല. തന്റെ വല്യച്ഛന്റെ വീട്ടിൽത്തന്നെ അവൾ വന്നു ചേർന്നത് ഒരു വല്ലാത്ത നിയോഗമാണെങ്കിലും അതിന്റെ അപമാനം ഭാരിച്ചതായിരുന്നു. സചിസ് നാനിയെ തന്നിൽ നിന്നകറ്റുകയാണെന്നും അയാൾ അയാളുടെ സ്വന്താവശ്യത്തിന് അവളെ സംരക്ഷിക്കുകയാണെന്നും പുരന്ദർ സംശയിച്ചു. അടുത്തവീട്ടിൽ അവൻ അവളെ താമസിപ്പിച്ചിരിക്കുന്നത് അയാളെ അപമാനിക്കാൻ തന്നെയാണ്.

ഹരിമോഹൻ എല്ലാം അറിയുന്നുണ്ടായിരുന്നു. ഇങ്ങനെയുള്ള കാര്യങ്ങൾ അച്ഛനോടു പറയാൻ പുരന്ദർ മടിച്ചിരുന്നില്ല. ഹരിമോഹന് പുരന്ദർ ചെയ്തു തെറ്റാണെങ്കിലും സചിസ് അതിൽ ഇടപെട്ടതു ശരിയായില്ലെന്നു തോന്നി. അവളെ സ്വന്തം ജ്യേഷ്ഠനിൽനിന്നു പിടിച്ചുപറിച്ചതു കടുത്ത അനീതിയും രക്തബന്ധത്തിൽ വീഴ്ത്തിയ കറുത്ത പുള്ളിയുമാകുന്നു. പുരന്ദർ അതിനുപകരം വീട്ടുകതന്നെ വേണം.

ഒരു ദിവസം ഒരു വൃദ്ധ നിലവിളിച്ചുകൊണ്ട് ജഗ്മോഹനെ കാണാൻ വന്നു. അവൾ നാനിബാലയുടെ അമ്മയാണെന്നും അവളെ കൂട്ടിക്കൊണ്ടുപോകാൻ വന്നതാണെന്നും പറഞ്ഞു. നാനിബാലയുടെ അമ്മ മരിച്ചുപോയെന്നു നിശ്ചയമുണ്ടായിരുന്ന ജഗ്മോഹൻ അവരെ ചോദ്യം

ചെയ്തപ്പോൾ കള്ളി പുറത്തായി. ഹരിമോഹൻ കാശുകൊടുത്തു സംഘ ടിപ്പിച്ചതായിരുന്നു അവരെ. ആൾമാറാട്ടത്തിനു കേസ്സെടുപ്പിക്കുമെന്നു പറ ഞ്ഞപ്പോൾ ആ സ്ത്രീ പേടിച്ചിറങ്ങിപ്പോയി.

താൻ കാരണം മറ്റുള്ളവർക്കുണ്ടാകുന്ന ബുദ്ധിമുട്ടുകൾ നാനിയെ വല്ലാതെ വേദനിപ്പിച്ചിരുന്നു. അവൾ അനുദിനം മെലിഞ്ഞുമെലിഞ്ഞു വന്നു. ക്രിസ്മസ് അവധിയായപ്പോൾ ജഗ്മോഹൻ എങ്ങും പോകാതെ വീട്ടിൽത്തന്നെ കഴിച്ചുകൂട്ടി. നാനിയെ വീട്ടിൽ ഒറ്റക്കാക്കിയിട്ടു പോകാൻ അദ്ദേഹത്തിനു ഭയമുണ്ടായിരുന്നു.

ഒരു വൈകുന്നേരം വാൾട്ടർ സ്കോട്ടിന്റെ ഒരു കഥ അദ്ദേഹം തർജ്ജി മചെയ്തു നാനിബാലയ്ക്കു പറഞ്ഞുകൊടുക്കുകയായിരുന്നു. അന്നേരം പുരന്ദർ ഒരു ചെറുപ്പക്കാരനേയും കൂട്ടി കടന്നുവന്നു. ജഗ്മോഹൻ പോലീസിനെ വിളിക്കാൻ ഒരുമ്പെടുമ്പോൾ അപരിചിതനായ യുവാവു പറഞ്ഞു:

“ഞാൻ നാനിയുടെ സഹോദരനാണ്. അവളെ കൂട്ടിക്കൊണ്ടുപോകാൻ വന്നതാണ്.”

ജഗ് മോഹൻ മറുപടി ഒന്നും പറയാതെ പുരന്ദറിന്റെ കഴുത്തിനുപി ടിച്ച് കോണിപ്പടിക്കു താഴേക്കു തള്ളി. കൂടെ വന്ന യുവാവിനോടു പറഞ്ഞു: “നിനക്കു നാണമില്ലേടാ തെമ്മാടി ഇങ്ങനെ വരാൻ. എങ്ങും എവിടെയും ഒരഭയമില്ലാതെ അവൾ വലഞ്ഞപ്പോൾ നീ എവിടെയായി രുന്നു? അവളുടെ നാശത്തിനാണ് നീ ഇപ്പോൾ വന്നത്.”

ചെറുപ്പക്കാരൻ ഇറങ്ങിപ്പോകുമ്പോൾ തിരിഞ്ഞുനിന്നു പറഞ്ഞു, പോലീസിനെ കൊണ്ടുവന്ന് അയാളുടെ സഹോദരിയെ അയാൾ കൂട്ടി ക്കൊണ്ടുപോകുമെന്ന്. അയാൾ യഥാർത്ഥത്തിൽ നാനിയുടെ സഹോദ രൻ തന്നെയായിരുന്നു. പുരന്ദർ എവിടെയൊക്കെയോ അന്വേഷിച്ചു കണ്ടെ ത്തിയതായിരുന്നു അയാളെ. നാനിയെ പിഴപ്പിച്ചത് സചിസ് ആണെന്നാ യിരുന്നു പുരന്ദർ അയാളോടു പറഞ്ഞത്.

നാനി തലക്കടിച്ചുകൊണ്ടു പ്രാർത്ഥിച്ചു: “ഞാൻ നിൽക്കുന്ന ഈ ഭൂമി പിളർന്ന് എന്നെ വിഴുങ്ങേണമേ...”

അവളുടെ സഹനത്തിന്റെ സീമകൾ അവസാനിച്ചു കഴിഞ്ഞിരുന്നു.

ജഗ്മോഹൻ അവളെ രക്ഷിക്കാൻ വേണ്ടി ഒരു വഴി ആലോചിച്ചു. അദ്ദേഹം സചിസിനോടു പറഞ്ഞു: “ഞാൻ നാനിയെ ഇവിടെ നിന്ന് ദൂരെ എവിടെയെങ്കിലും കൊണ്ടുപോയിക്കൊള്ളാം. എനിക്കവിടെ കഴിഞ്ഞു കൂടുവാൻ എന്തെങ്കിലും വഴി കണ്ടെത്താൻ കഴിയും. ഇവിടെ നിന്നാൽ

അവൾ എരിഞ്ഞെരിഞ്ഞില്ലാതാവും. അത്ര കൊടിയ നരകമാണ് അവൾക്കു ചുറ്റും അവർ സൃഷ്ടിച്ചിരിക്കുന്നത്."

സചിസിന് അതു സമ്മതമായില്ല. അയാൾ പറഞ്ഞു:"എന്റെ സഹോദരൻ എന്തും ചെയ്യാൻ ഇറങ്ങി പുറപ്പെട്ടിരിക്കുകയാണ്. നിങ്ങൾ എവിടെ പോയാലും അയാൾ കൂടെയെത്തും."

"അപ്പോൾ ഇതിനെന്താ പരിഹാരം?"

"പരിഹാരമുണ്ട്."

"എന്താണ്? "

"ഞാൻ അവളെ വിവാഹം കഴിക്കാം..."

"ങ്ഹേ...വിവാഹം കഴിക്കാനോ?"

"അതെ. സിവിൽ വിവാഹനിയമപ്രകാരം"

ജഗ്മോഹൻ സചിസിനെ തന്റെ നെഞ്ചിൽ ചേർത്ത് ആലിംഗനം ചെയ്തു. സന്തോഷം കൊണ്ട് അദ്ദേഹത്തിന്റെ കണ്ണുകൾ നിറഞ്ഞുപോയിരുന്നു.

ആറ്

ഭാഗം വെക്കലിനുശേഷം വളരെ അപൂർവ്വമായേ ഹരിമോഹൻ ജഗ്മോഹനെ കണ്ടിരുന്നുള്ളൂ. ഇതിനിടയിൽ ഒരു ദിവസം അയാൾ യാദൃശ്ചികമായി അദ്ദേഹത്തെ കാണാൻ വന്നു. ജഗ്മോഹൻ ഒന്നും ചോദിച്ചില്ല. ഹരിമോഹൻ പറഞ്ഞു:

"ദാദാ, എന്തു ഭയങ്കരമായ വാർത്തയാണു ഞാൻ കേൾക്കുന്നത്...?"

ജഗ്മോഹൻ പ്രതിവചിച്ചു:"തീർച്ചയായും ഭയങ്കരവാർത്ത തന്നെയായിരുന്നു. അതിനിപ്പോൾ ഒരു പരിഹാരം കണ്ടെത്തിയിട്ടുണ്ട്..."

"ദാദാ, സചിസ് നിങ്ങൾക്കു സ്വന്തം മകനെപ്പോലെയാണ്. അവനെക്കൊണ്ട് നിങ്ങൾ ആ അഭിസാരികയെ വിവാഹം കഴിപ്പിക്കാൻ പോവുകയാണോ?"

"അവനെ ഞാൻ സ്വന്തം മകനെപ്പോലെ വളർത്തിയതു ശരിതന്നെ. അതിന്റെ ഗുണം ഉണ്ടായിരിക്കുന്നു. അവൻ നമുക്കെല്ലാം ശ്രേയസ്സു കൊണ്ടുവന്നിരിക്കുന്നു."

"ദാദാ ഞാൻ തോൽവി സമ്മതിച്ചിരിക്കുന്നു. ഞാൻ എന്റെ വരുമാനത്തിൽ പകുതി നിങ്ങളുടെ പേരിലാക്കാം. ദയവായി ഈ ഭയങ്കരമായ പകവീട്ടൽ ഒഴിവാക്കണം."

ജഗ് മോഹൻ കസേരയിൽ നിന്നെഴുന്നേറ്റു നിന്നുകൊണ്ടു പറഞ്ഞു:

"അപ്പോൾ അതാണു കാര്യം. നിങ്ങൾ വന്നിരിക്കുന്നത് നിങ്ങളുടെ

പാത്രത്തിലെ ഉച്ഛിഷ്ടം കൊടുത്തു കടിക്കുന്ന പട്ടിയെ മെരുക്കിയെടുക്കാനാണ്, അല്ലേ? ഓർത്തോളൂ, ഞാൻ നിങ്ങളെപ്പോലെ പുണ്യവാനല്ല. ഞാനൊരു നിരീശ്വരവാദിയാണ്. ഞാൻ ആരോടും പകവീട്ടാറില്ല, ആനുകൂല്യങ്ങൾക്കുവേണ്ടി കൈ നീട്ടാറുമില്ല. ”

സചിസിന്റെ താമസസ്ഥലം അന്വേഷിച്ചുചെന്നു ഹരിമോഹൻ. അയാളെ കണ്ടു പറഞ്ഞു:

“വിശ്വസിക്കാൻ കഴിയാത്ത കാര്യങ്ങളാണ് ഞാൻ നിന്നെക്കുറിച്ച് കേൾക്കുന്നത്. നീ ചാവുകയാണതിൽ ഭേദം. കുടുംബത്തിന്റെ സൽപ്പേര് ഇങ്ങനെ കളങ്കപ്പെടുത്താൻ നിനക്കെങ്ങനെ ധൈര്യം വന്നു?”

സചിസ് പറഞ്ഞു:

“കുടുംബത്തിനുണ്ടായ കളങ്കം മാറ്റാനാണ് ഞാനതു ചെയ്യുന്നത്. അതല്ലെങ്കിൽ കല്യാണം കഴിക്കണമെന്ന് എനിക്കൊരു മോഹവുമില്ല.”

ഹരിമോഹൻ ദേഷ്യപ്പെട്ടു ചോദിച്ചു:

“നിനക്കു നല്ലതും ചീത്തയും തിരിച്ചറിയാനുള്ള കഴിവു നഷ്ടപ്പെട്ടോ? നിന്റെ ജ്യേഷ്ഠന്റെ ഭാര്യയ്ക്കു തുല്യമായവളാണവൾ...അവളെ നീ...”

സചിൻ ഇടക്കുകയറി പറഞ്ഞു:

അയാളുടെ ഭാര്യ...അതുകൊള്ളാം... നിങ്ങൾ അതുമാത്രം ഇനി പറയരുത്...”

ഹരിമോഹൻ അയാളെ വീണ്ടും വീണ്ടും ശകാരിച്ചെങ്കിലും സചിസ് മൗനമവലംബിച്ചു.

ഹരിമോഹൻ ഒരു വിഷമസന്ധിയിലായിരുന്നു. നാനിബാലയെ സചിസ് വിവാഹം കഴിച്ചാൽ താൻ ജീവനെടുക്കുമെന്നു പറഞ്ഞിരിക്കുകയാണു പുരന്ദർ. പുരന്ദറിന്റെ ഭാര്യയാണെങ്കിൽ അധിക്ഷേപിക്കുന്നു:

“കൊള്ളരുതാത്തവനാക്കി സാധനത്തെ ഉപേക്ഷിക്കാൻ ചങ്കൂറ്റമുണ്ടോ നിങ്ങൾക്ക്?”

ഹരിമോഹൻ പുരന്ദർ പറഞ്ഞതെല്ലാം വിശ്വസിച്ചില്ല. എങ്കിലും ആശങ്കയുണ്ടായിരുന്നു അയാൾക്ക്.

സചിസ് ഈ ദിവസം മനപൂർവ്വം നാനിയെ കാണുകയോ സംസാരിക്കുകയോ ചെയ്തിരുന്നില്ല. വിവാഹത്തിന്റെ കാര്യം തീരുമാനമായപ്പോൾ ജഗ് മോഹൻ പറഞ്ഞു:

“സചിസ് നാനിയോട് സംസാരിച്ച് ഒരു തീരുമാനത്തിലെത്തുക. വിവാഹത്തിനുമുമ്പ് രണ്ടുപേരുടേയും മനസ്സറിഞ്ഞിരിക്കണം. അതാണുനല്ലത്.”

സചിസ് വിസമ്മതിച്ചു.

ജഗ് മോഹൻ സചിസിനുവേണ്ടി ഒരു ദിവസം നിശ്ചയിച്ചു. അദ്ദേഹം അന്നു നാനിബാലയോടു പറഞ്ഞു:

"മകളെ, ഇന്നു നീ ഞാൻ പറയുന്നതുപോലെ വസ്ത്രം ധരിക്കണം."

നാനി നാണം കൊണ്ടു കുനിഞ്ഞു.

"നാണിക്കാനല്ല കുഞ്ഞെ പറഞ്ഞത് നീ നല്ല വസ്ത്രം ധരിച്ച് എനിക്കിന്നു കാണണം. എന്റെ ആഗ്രഹമാണത്"

അദ്ദേഹം അവൾക്ക് സ്വർണ്ണക്കസവുള്ള ഒരു ബനാറസ് സാരിയും ബ്ലൗസും ശിരോവസ്ത്രവും നൽകി. നാനി കുനിഞ്ഞ് അദ്ദേഹത്തിന്റെ പാദങ്ങളിൽ തൊട്ടു. അപ്പോൾ ജഗ്മോഹൻ പരിഭ്രമത്തോടെ പിന്നിലേക്കു മാറി.

"ഞാനതു നിർത്തിയിരിക്കുകയാണ്. നിന്റെ ഭക്തി നിനക്കു മാറ്റാൻ കഴിയില്ല. ഒരു കാര്യം അറിയണം, ഞാൻ മുതിർന്ന ആളാണെങ്കിൽ നീ അമ്മയാണ്. എന്നെക്കാൾ ശ്രേഷ്ഠമായ സ്ഥാനത്താകുന്നു നീ"

അയാൾ അവളുടെ മൂർദ്ധാവിൽ ചുംബിച്ചു.

"മകളെ, ഞാൻ ഇന്നുരാത്രി കുറേ താമസിച്ചേ വരികയുള്ളൂ. എനിക്കിന്ന് സുഹൃത്തു ഭാബാതോഷിന്റെ വീട്ടിലേക്കു വിരുന്നിനു ക്ഷണമുണ്ട്..."

നാനി അദ്ദേഹത്തിന്റെ കയ്യിൽ പിടിച്ച് അപേക്ഷിച്ചു:

"എന്നെ അനുഗ്രഹിക്കൂ, അച്ഛാ"

എന്റെ കുഞ്ഞെ, എന്റെ പ്രായത്തിലുള്ള ഒരു നിരീശ്വരവാദിയെനിക്കു വിശ്വാസിയാക്കാൻ ചിലപ്പോൾ കഴിഞ്ഞേക്കാം. ഞാൻ അനുഗ്രഹങ്ങളിൽ വിശ്വസിക്കുന്നില്ല. എന്നാലും നിന്നെ കാണുമ്പോൾ അനുഗ്രഹിക്കാൻ തോന്നിപ്പോകും..."

അദ്ദേഹം അവളുടെ താടിയിൽ വിരൽ തൊട്ടുകൊണ്ട് അവളുടെ കണ്ണിലേക്കു സൂക്ഷിച്ചു നോക്കി. നാനിയുടെ കണ്ണുകൾ നിറഞ്ഞൊഴുകി.

ജഗ്മോഹൻ വിരുന്നു പോയിരുന്ന ഭാഭാതോഷിന്റെ ഗൃഹത്തിലേക്ക് വൈകുന്നേരം ഒരു സന്ദേശവാഹകൻ ധൃതിപിടിച്ചു വന്നു. ഒരു ഭയങ്കര ദുഃഖവാർത്തയും കൊണ്ടായിരുന്നു അയാൾ വന്നത്. ജഗ്മോഹൻ ഉടൻ തന്നെ സ്വന്തം വീട്ടിലേക്കു മടങ്ങി.

അവിടെ ആ കാഴ്ചകണ്ട് അദ്ദേഹം സ്തബ്ധനായിനിന്നു. നാനിയുടെ മൃതദേഹം അദ്ദേഹം നൽകിയ പുതുവസ്ത്രങ്ങളണിഞ്ഞു കിടക്കയിൽ കിടക്കുന്നു. സചിസ് ശോകമൂകനായി സമീപത്തു നിൽക്കുന്നു.

ഒരു കത്തുണ്ടായിരുന്നു നാനിബാലയുടെ കയ്യിൽ. ജഗ് മോഹൻ കത്തുവാങ്ങി വായിച്ചു.

"മാപ്പു തരൂ അച്ഛാ, എനിക്കതിനാവില്ല. ഞാൻ അങ്ങയെ ഓർത്ത് അതിനു സമ്മതിക്കാൻ ശ്രമിച്ചു നോക്കി. എനിക്കതാവുന്നില്ല. എനിക്കയാളെ ഇന്നും മറക്കാൻ കഴിയുന്നില്ല. അങ്ങയുടെ പാദപത്മം ഞാൻ വീണ്ടും വീണ്ടും വണങ്ങുന്നു.

അങ്ങയുടെ പാപിയായ നാനിബാല.

സചിസ്

ഒന്ന്

മരിക്കുന്നതിന്റെ തലേദിവസം നിരീശ്വരവാദിയായ ജഗ് മോഹൻ തന്റെ സഹോദരപുത്രനായ സചിസിനോടു പറഞ്ഞു:

"നിനക്കാകുമെങ്കിൽ അച്ഛന്റെ ശ്രാദ്ധം ചെയ്തോളൂ. വല്യച്ഛന്റെ വേണ്ട..."

ജഗ് മോഹൻ മരിച്ചു.

കൽക്കത്തയിൽ പെട്ടെന്നായിരുന്നു പ്ലേഗു പടർന്നുപിടിച്ചത്. അതിനെ നേരിടാനുള്ള സംവിധാനമൊന്നും ആരോഗ്യവകുപ്പുകാർ ചെയ്തിരുന്നില്ല. ജനങ്ങളേക്കാൾ ഭയന്നതു സർക്കാറിന്റെ ശമ്പളം പറ്റുന്ന ആശുപത്രി ജീവനക്കാരായിരുന്നു.

സചിസിന്റെ അച്ഛൻ ഹരിമോഹൻ ആ ഭയങ്കര വിപത്തിൽ നിന്നു രക്ഷപ്പെടാനുള്ള വഴിതേടി. അയാൾ വിചാരിച്ചു അയൽക്കാരായ ചമാറന്മാർക്കായിരിക്കും ആദ്യം രോഗം വരിക. തുടർന്ന് അത് തന്റെ കുടുംബത്തിലേക്കും വ്യാപിച്ചേക്കാം. അതിനുമുമ്പ് മറ്റൊരിടത്തേക്കു മാറേണ്ടിയിരിക്കുന്നു. അയാൾ ജഗ്മോഹനെ കണ്ടു പറഞ്ഞു.

"ദാദാ ഞാൻ ഗംഗയുടെ തീരത്ത് കൽനയിൽ ഒരു വീടെടുത്തിട്ടുണ്ട്. അവിടേക്ക്...

ജഗ് മോഹൻ പറഞ്ഞു: "നല്ലത്. പക്ഷെ ഞാനെങ്ങനെ അവരെ വിധിക്കു വിട്ടുകൊടുക്കും?"

"ആരെ?"

"പാവങ്ങളായ ചമാറന്മാരേ"

ഹരിമോഹൻ നെറ്റിചുളിച്ചുകൊണ്ടു മടങ്ങിപ്പോയി. അയാൾ സചിസ് താമസിക്കുന്നിടത്തുപോയി അവനോടു തന്റെ കൂടെ വരാൻ പറഞ്ഞു. സചിസ് പറഞ്ഞു: "എനിക്കിവിടെ ധാരാളം ജോലിയുണ്ടച്ഛാ"

"എന്തു ജോലി? ചമാറന്മാരെ വെട്ടിമൂടുന്നതോ?"

"അതാണെങ്കിൽ അത്"

"അങ്ങനെ ചെയ്യണം," ഹരിമോഹൻ പരിഹസിച്ചു, നീ നിന്റെ പിതാമഹാന്മാരേ, പതിനാലു തലമുറകളിലുള്ളവരെ, നരകത്തിൽ വലയാൻ

വിട്ടോളൂ...തെമ്മാടി, പോക്രി, നിരീശ്വരവാദി..."

ഹരിമോഹൻ വായിൽ വന്നതെല്ലാം വിളിച്ചുപറഞ്ഞു. ലോകാവസാനമായിരിക്കുകയാണെന്ന് അയാൾക്കു തോന്നി. അയാൾ വീട്ടിൽ വന്നു കുറേയേറെ കടലാസ്സുകൾ എടുത്ത് അതിലെല്ലാം ദുർഗാഭഗവതിയുടെ പേരു കുനുകുനാ എഴുതി.

ഹരിമോഹൻ അവിടം വിട്ടുപോയി.

അയാൾ ഭയന്നതുപോലെ അയൽപക്കത്തു പ്ലേഗ് പടർന്നു പിടിച്ചു. ആളുകൾക്കു ഡോക്ടറെ വിളിക്കാൻ ഭയമായിരുന്നു. ആശുപത്രിയിലാക്കുമെന്നതായിരുന്നു ഭയം. ജഗ്മോഹൻ ആശുപത്രിയുടെ സ്ഥിതി പോയി കണ്ടിട്ടു വന്നു പറഞ്ഞു: "രോഗിയാകുന്നതും ഒരു കുറ്റമാണോ മനുഷ്യന്?"

സർക്കാർ ആശുപത്രി എന്ന നരകത്തിൽനിന്നു ജനങ്ങളെ രക്ഷിക്കാൻ ജഗ് മോഹൻ സ്വന്തം വീട്ടിൽത്തന്നെ ഒരു ആശുപത്രി ഉണ്ടാക്കി. സചിസും ഞാനും മറ്റു സുഹൃത്തുക്കളും ശുശ്രൂഷകരായി. ഒരു ഡോക്ടറുമുണ്ടായിരുന്നു ഞങ്ങളുടെ സേവാസംഘത്തിൽ.

ഞങ്ങളുടെ ആശുപത്രിയിലെ ആദ്യത്തെ രോഗി ഒരു മുസ്ലീമായിരുന്നു. ആ രോഗി മരിച്ചു. രണ്ടാമത്തെ രോഗി മറ്റാരുമല്ല. ഞങ്ങളുടെയെല്ലാം അങ്കിൾ ജഗ് മോഹൻ തന്നെയായിരുന്നു. മരിക്കുന്നതിനുമുമ്പ് അദ്ദേഹം സചിസിനോടു പറഞ്ഞു:

"എന്റെ വിശ്വാസത്തിന്റെ അവസാനത്തെ നേട്ടവും ഞാൻ കൊയ്തെടുത്തു കഴിഞ്ഞു. എനിക്കു ഖേദമില്ല."

ജീവിച്ചിരുന്നപ്പോൾ ഒരിക്കൽപോലും സചിസ് വല്യച്ഛന്റെ പാദങ്ങൾ തൊട്ടു നമസ്ക്കരിച്ചിരുന്നില്ല. എന്നാൽ മരിച്ചപ്പോൾ ആദ്യമായും അവസാനമായും അയാൾ അതു ചെയ്തു.

സചിസ് ജഗ് മോഹന്റെ മരണം ഹരിമോഹനെ അറിയിച്ചപ്പോൾ അയാൾ പറഞ്ഞു:

"ഒരു നിരീശ്വരവാദിക്കു യോജിച്ച അന്ത്യം തന്നെ"

"തീർച്ചയായും"

സചിസ് അഭിമാനത്തോടെ പ്രതിവചിച്ചു.

രണ്ട്

ജഗ്മോഹന്റെ മരണശേഷം രണ്ടുവർഷത്തോളം സചിസ് എവിടെപ്പോയെന്ന് എനിക്കൊരു വിവരവുമുണ്ടായില്ല. കെടുത്തപ്പെട്ട ഒരു മെഴു

കുതിരിപോലെ അയാൾ പൊടുന്നനെ അപ്രത്യക്ഷമാവുകയായിരുന്നു.

അങ്കിളിനോടു സചിസിനുള്ള കടപ്പാട് ഞങ്ങൾക്ക് അളക്കാൻ കഴിയുന്നതിലധികമായിരുന്നു. ജഗ് മോഹൻ അയാൾക്ക് അച്ഛനും സുഹൃത്തും മാത്രമല്ല മകനുമായിരുന്നു. സ്വന്തം കാര്യങ്ങളിൽ, ദിനചര്യയിൽ, ഒരു ശ്രദ്ധയുമില്ലാതിരുന്ന അദ്ദേഹത്തിന്റെ മറവികളും ഉപേക്ഷകളുമെല്ലാം ശ്രദ്ധിച്ചു പരിഹരിച്ചിരുന്നത് സചിസ് തന്നെയായിരുന്നു. ലോകത്തിന്റെ, മനുഷ്യരുടെ, കാപട്യങ്ങളെക്കുറിച്ചൊന്നും അറിവില്ലാത്ത കുട്ടിയെപ്പോലെയായിരിക്കും ചിലപ്പോൾ ജഗ് മോഹന്റെ പെരുമാറ്റം. ഒന്നും നഷ്ടപ്പെടാതെയും വഞ്ചിക്കപ്പെടാതെയുമിരിക്കാൻ സചിസിനു കരുതലുകൾ വേണ്ടിവന്നു. തനിക്കു ലഭിച്ച സഹായത്തിനും സംരക്ഷണത്തിനും സചിസ് അങ്ങനെയായിരുന്നു വല്യച്ഛന് പകരം നൽകിയത്.

അങ്കിളിന്റെ മരണം സൃഷ്ടിച്ച ആ വലിയ വിടവിനെ സചിസ് ആദ്യം എങ്ങനെ അതിജീവിച്ചുവെന്ന് എനിക്കൊരു രൂപവുമില്ല. ഊഹങ്ങൾക്കെല്ലാം അപ്പുറമായിരുന്നു ആ മരണം സൃഷ്ടിച്ച മഹാശൂന്യത.

രണ്ടുവർഷക്കാലം എവിടെയോ അലഞ്ഞുനടക്കുകയാണ് സചിസ് എന്ന് ഞങ്ങൾ കരുതി. അങ്കിളിന്റെ സ്മരണയിൽ ഞങ്ങൾ ഞങ്ങളുടെ പരിപാടികൾ കൂടുതൽ ആവേശത്തോടെ മുമ്പോട്ടു കൊണ്ടുപോയിരുന്നു. മതവിശ്വാസവുമായി ബന്ധപ്പെട്ട എന്തിനെയും ഏതിനെയും ഞങ്ങൾ എതിർത്തു. വിശ്വാസികളെ അമ്പരപ്പിക്കുന്ന വിധത്തിലായിരുന്നുഞങ്ങളുടെ പ്രവൃത്തികൾ. ഞങ്ങൾ പരിപാടികൾ ശ്രദ്ധാപൂർവ്വം തെരഞ്ഞെടുത്തിരുന്നു. മാന്യന്മാരുടെ മക്കൾക്ക് അതുകൊണ്ട് ഞങ്ങളെക്കുറിച്ച് മോശപ്പെട്ട അഭിപ്രായമായിരുന്നു ഉണ്ടായിരുന്നത്. സചിസായിരുന്നു ഞങ്ങളുടെ ആദർശപുഷ്പം. അയാളുടെ അഭാവത്തിൽ ഞങ്ങളിലെ പ്രാകൃതമായ മുള്ളുകൾ എഴുന്നു പോയിരിക്കാം.

മൂന്ന്

സചിസിനെക്കുറിച്ച് വാർത്തയൊന്നുമില്ലെങ്കിലും അയാളെ അപലപിക്കാൻ എനിക്കാവില്ല. അയാൾ എങ്ങനെ താണതലത്തിലേക്കിറങ്ങിച്ചെന്നുവെന്നുള്ളതു ദുരൂഹമായിരിക്കുന്നു. അങ്കിൾ ജഗ് മോഹൻ ഒരിക്കൽ ഒരു സ്വാമിയുടെ കാര്യത്തിൽ ഇങ്ങനെ പറഞ്ഞു:"നാണയങ്ങൾ തരംതിരിക്കുന്ന ടെല്ലർപോലെയാണു ജീവിതം. അത് യഥാർത്ഥ രൂപത്തിലുള്ള നാണയങ്ങളേ സ്വീകരിക്കുകയുള്ളൂ. അല്ലാത്തവയെ പുറന്തള്ളും. ദുഃഖത്തിന്റെയോ നഷ്ടത്തിന്റെയോ രക്ഷപ്പെടലിന്റെയോ കൗണ്ട

റിലാണ് അത്തരം വേർതിരിക്കൽ ഉണ്ടാവുന്നത്. ടെല്ലർക്കു ദയയില്ല, കള്ള നാണയങ്ങളെ സ്വീകരിക്കുകയില്ല. ജീവിതം പുറന്തള്ളിയ കള്ളനാണയങ്ങളാണ് ഈ സന്യാസിമാർ. അവർക്ക് ജീവിതവ്യാപാരവുമായി യാതൊരു ബന്ധവുമില്ല. തങ്ങൾ സ്വയം ജീവിതം ത്യജിച്ചവരാണെന്ന് അവർ വീമ്പു പറയുന്നു. അതുകേട്ടാൽ തോന്നും എന്തെങ്കിലും സവിശേഷത ഉള്ളവർക്ക് ഇവിടെ കാലുറക്കാനാവില്ലെന്ന്. ഉണക്കലില താനേ വീണുപോകുന്നു. അതിന്റെ കാരണം വൃക്ഷം അതിന്റെ ഉച്ഛിഷ്ടത്തെ ഉപേക്ഷിക്കുന്നതാണ്.

സചിസിനെപ്പോലെ ഒരാൾ ആ ഉച്ഛിഷ്ടത്തിന്റെ കൂനയിൽ വീണുപോവുമെന്ന് ആർക്കു ചിന്തിക്കാൻ കഴിയും! ജീവിതത്തിന്റെ വില്പനശാലയിൽ സചിസിന് ഒരു വിലയും ഇല്ലാതായോ?

സചിസ്, ഞങ്ങളുടെ സചിസ്, ചിറ്റഗോംഗിലൊരു സ്വാമിയുടെ കൂടെയുണ്ടായിരുന്നു എന്നായിരുന്നു ഒരു ദിവസം ഞങ്ങൾക്കു ലഭിച്ച വാർത്ത. ചിറ്റഗോംഗിനടുത്ത ഒരു ഗ്രാമത്തെ അയാൾ കീർത്തനം പാടിയും ഉടുക്കുകൊട്ടിയും നൃത്തം ചവിട്ടിയും ഭക്തിയിൽ ആറാടിക്കുന്നുവെന്ന്.

സചിസിനെപ്പോലെ ഒരാൾ നിരീശ്വരവാദിയാകുന്നത് എനിക്കൊരിക്കൽ വിശ്വസിക്കാൻ കഴിഞ്ഞിരുന്നില്ല. അതേ അവിശ്വാസമായിരുന്നു എനിക്ക് അയാൾ ഭക്തനും ലീലാനന്ദസ്വാമിയുടെ ശിഷ്യനുമാണെന്നുകേട്ടപ്പോഴും. അതറിഞ്ഞാൽ ഞങ്ങളുടെ ശത്രുക്കൾ പരിഹസിച്ചു ചിരിക്കുകയില്ലേ? ഞങ്ങളെങ്ങനെ ഇനി ഞങ്ങളുടെ മുഖങ്ങൾ പുറത്തുകാണിക്കും?

ഞങ്ങളുടെ പയ്യന്മാർക്ക് അയാളുടെ പേരുതന്നെ മടുത്തു കഴിഞ്ഞിരുന്നു. കനമുള്ളതൊന്നും അകത്തില്ലാത്ത ഒരു കപടആദർശവാദിയാണ് അയാളെന്നും ചിലർ പറഞ്ഞു. എനിക്കതൊന്നും കേൾക്കാൻ കഴിയുമായിരുന്നില്ല. അന്നാണ് സചിസിനെ ഞാൻ എത്രമാത്രം സ്നേഹിച്ചിരുന്നെന്ന് എനിക്കുതന്നെ മനസ്സിലാവുന്നത്. അയാൾ ഞങ്ങളുടെ സംഘത്തിനു മഹാദ്രോഹമാണു ചെയ്തിരിക്കുന്നതെങ്കിലും എനിക്കയാളോട് വെറുപ്പൊന്നും തോന്നിയിരുന്നില്ല.

നാല്

ലീലാനന്ദസ്വാമിയെ അന്വേഷിച്ച് ഞാൻ എത്രനദികൾ കടന്നെന്നും ഏതെല്ലാം സ്ഥലങ്ങളിലൂടെ പോയെന്നും എനിക്കുതന്നെ നിശ്ചയം പോരാ. രാത്രി സത്രങ്ങളിലും പീടികതിണ്ണകളിലും കിടന്നുറങ്ങി. ഒടുവിൽ ഒരപരാഹ്നത്തിൽ ഒരു ഗ്രാമത്തിന്റെ മൂലയിൽ സചിസിനെ കണ്ടുമുട്ടി.

അയാളോടു മാത്രമായി കുറച്ചുസമയം സംസാരിക്കാൻ ഞാനാഗ്രഹിച്ചെങ്കിലും അതു സാദ്ധ്യമായിരുന്നില്ല. വലിയ തെരക്കായിരുന്നു അവിടെ. ഒരു ഭക്തന്റെ വീട്ടിലായിരുന്നു ലീലാനന്ദസ്വാമി താമസിച്ചിരുന്നത്. ആ വീടിന്റെ അകവും പുറവുമെല്ലാം ഭക്തരെക്കൊണ്ടു നിറഞ്ഞിരുന്നു. രാവിലെ മുതൽ അവിടെ ഭജന നടക്കുകയായിരുന്നു. ഞാൻ ചെല്ലുമ്പോൾ അവിടെ പുറമേനിന്നു വന്നിട്ടുള്ള ഭക്തന്മാർക്കു ഭക്ഷണം നൽകുകയായിരുന്നു.

സചിസ് എന്നെ കണ്ടപ്പോൾ ഓടിവന്ന് കെട്ടിപ്പിടിച്ചു. അതെന്നെ വിസ്മയിപ്പിച്ചു. പണ്ട് വികാരപ്രകടനം നടത്താൻ വിമുഖനായിരുന്നല്ലോ അയാൾ. ഉള്ളിൽ ഉറഞ്ഞുനിന്നിരുന്ന ശാന്തത നീങ്ങി വല്ലാത്തൊരു ലഹരിയിലാണ് അയാളെന്നു തോന്നി.

സ്വാമിജി അദ്ദേഹത്തിന്റെ മുറിയിൽ വിശ്രമിക്കുകയായിരുന്നു. കതകൽപം തുറന്നുകിടന്നിരുന്നു. അതിലൂടെ എന്നെ കാണുകയാൽ അദ്ദേഹം സചിസിനെ വിളിച്ചു ഞാനാരാണെന്നു ചോദിച്ചു. സചിസ് പറഞ്ഞു: “അതെന്റെ സ്നേഹിതൻ ശ്രിബിലാസാണ്. ”

എന്റെ പേര് അവിടെ നേരത്തെ പരാമർശിക്കപ്പെട്ടിട്ടുണ്ടെന്നു ഞാനൂഹിച്ചു. എന്റെ ഇംഗ്ലീഷ് പ്രസംഗങ്ങൾ പ്രസിദ്ധിനേടിയിരുന്നു. പണ്ഡിതനായ ഒരു ഇംഗ്ലീഷുകാരൻ അതുകേട്ട് എന്നെ വളരെ അനുമോദിക്കുകയുണ്ടായി. അക്കാര്യം അവിടെ നിൽക്കട്ടെ. തൽക്കാലം എന്റെ ശത്രുക്കളുടെ സംഖ്യ വർദ്ധിപ്പിക്കാൻ ഞാനാഗ്രഹിക്കുന്നില്ല. ശക്തനായ ഒരു നിരീശ്വരവാദി എന്ന പ്രശസ്തി എനിക്കുണ്ടായിരുന്നു. നാലുകുതിരകളെ പൂട്ടിയ വണ്ടിപോലെ വേഗത്തിലാണ് എന്റെ ഇംഗ്ലീഷ് വാണിയെന്ന് വിദ്യാർത്ഥികൾ മാത്രമല്ല മുതിർന്നവരും സമ്മതിച്ചിരിക്കുന്നു.

എന്റെ വരവിൽ സ്വാമിജിക്കു സന്തോഷമുണ്ടായിരിക്കാം. അദ്ദേഹം എന്നെക്കാണാൻ ആവശ്യപ്പെട്ടു. വെറുതെ ഒരു നമസ്ക്കാരം പറഞ്ഞു ഞാൻ അദ്ദേഹത്തിന്റെ മുറിയിൽ കയറിച്ചെന്നു. പുരികത്തിനു മുകളിൽ കൈപ്പത്തി വെട്ടുകത്തിപോലെ ഒന്നുയർത്തിയാണ് ഞാൻ അഭിവാദ്യം ചെയ്തത്. തല ഒട്ടും കുനിച്ചില്ല. ജഗ് മോഹന്റെ ശിഷ്യന്മാരായ ഞങ്ങൾ ഞാണില്ലാത്തവില്ലുപോലെയാണ് നമസ്ക്കാരം ചെയ്യുക.

സ്വാമിജി അത് ശ്രദ്ധിച്ചു. ഉടനെ സചിസിനെ വിളിച്ചു പറഞ്ഞു:

“എന്റെ ഹുക്കയിൽ പുകയില നിറയ്ക്കൂ.”

സചിസ് വളരെ അനുസരണ ഉള്ളവനെപ്പോലെ പുകയില അരിയാനും കുഴലിൽ നിറയ്ക്കാനും തുടങ്ങി. അയാൾ കുഴലിലെ ഇന്ധനത്തിനു

തീകൊടുത്തപ്പോൾ പുകഞ്ഞത് എന്റെ അകമായിരുന്നു. അവിടെ എവിടെ ഇരിക്കണമെന്നുള്ളത് എനിക്കൊരു പ്രശ്നമായി. മുറിയിൽ ഒരു മരക്കട്ടിൽ മാത്രമേ ഉണ്ടായിരുന്നുള്ളൂ. അതിൽ സ്വാമിജിയുടെ കിടക്കവിരിച്ചിരിക്കുകയാണ്. അതിന്റെ കോണിലിരുന്നാലോ എന്നു ഞാൻ ആലോചിച്ചു. ഇരുന്നില്ല. കതകിനടുത്തുതന്നെ നിന്നു.

ഞാൻ കൽക്കത്ത യൂനിവേഴ്സിറ്റിയാൽ ബഹുമാനിതനായ പ്രേംചന്ദ് റായ് ചന്ദ് പണ്ഡിതനാണെന്നു സ്വാമിജിക്കറിയാമായിരുന്നു. അദ്ദേഹം എന്നോടു പറഞ്ഞു: “കടലിൽ മുത്തുവാരുന്നവൻ അതിന്റെ അടിവരെ പോകുമെങ്കിലും അവിടെ അധികം നിന്നാൽ അയാളുണ്ടാവില്ല. നിലനിൽപുവേണമെങ്കിൽ ജലത്തിനു മുകളിലേക്കു വരേണ്ടി വരുന്നു. നിങ്ങൾ പ്രേംചന്ദ് റായ് ചന്ദ് സാഹിത്യപണ്ഡിതനായിരുന്നു ഒരിക്കൽ. നിങ്ങൾക്കു ജീവിതം വേണമെങ്കിൽ പുസ്തകങ്ങളുടെ സമുദ്രാന്തർ ഭാഗത്തുനിന്നു ജീവിതത്തിന്റെ ഉണങ്ങിയ ഭൂമിയിലേക്കു നിങ്ങൾ വരണം. അതിനു സമയമായിരിക്കുന്നു...”

സചിസ് നിറച്ചു കത്തിച്ച കുഴൽ സ്വാമിജിക്കു കൈമാറി. അരികിൽ വെറും നിലത്തിരിക്കുന്ന അയാളുടെ നേർക്കു സ്വാമി കാലു നീട്ടിവെച്ചു. ഒരു വിസമ്മതവും കൂടാതെ സചിസ് സ്വാമിജിയുടെ കാലു തടവുന്നതു കണ്ടപ്പോൾ എനിക്ക് അമർഷം തോന്നി.

എന്നെ അമ്പരപ്പിക്കാൻ വേണ്ടിയാണ് സ്വാമിജി സചിസിനെക്കൊണ്ടു പുകയില നിറപ്പിച്ചതും കാലു തടവിച്ചതെന്നും എനിക്കു മനസ്സിലായി. അവിശ്വാസികൾക്ക് ഒരു താക്കീത്.

സ്വാമിജി വിശ്രമം തുടങ്ങുകയും അതിഥികൾ ഭക്ഷണം കഴിക്കുകയും ചെയ്തു. അഞ്ചുമണിയായപ്പോൾ ഭക്തജനങ്ങൾ വീണ്ടും ഒത്തുകൂടി കീർത്തനാലാപവും കൊട്ടുവാദ്യവും ആരംഭിച്ചു. അതു രാത്രി പത്തുമണിവരെ തുടർന്നുപോയി.

രാത്രി സചിസിന്റെ മുറിയിലായിരുന്നു ഞാൻ. ഞങ്ങൾ തനിച്ചായപ്പോൾ അടക്കിവെച്ചിരുന്ന എന്റെ അമർഷമെല്ലാം ഞാൻ സചിസിന്മേൽ ചൊരിഞ്ഞു: “കുട്ടിക്കാലം മുതൽ സ്വതന്ത്രമായി വളർന്ന നിങ്ങൾ എങ്ങനെയീ കുഴിയിൽ പതിച്ചു? അങ്കിളിന്റെ മരണത്തോടെ നിങ്ങൾ നേടിയതെല്ലാം മരിച്ചോ? ”

തമാശയും സ്നേഹവും കലർന്ന എന്റെ പേരിനെ ചുരുക്കി എന്നെ ബിസ്രി എന്നാണ് സചിസ് വിളിക്കാറുള്ളത്. ബംഗാളിയിൽ ബിസ്രി എന്നാൽ അഴുക്കെന്നാണർത്ഥം. ശ്രീബിലാസ് എന്നപേരിന്റെ ആദ്യത്തെ രണ്ടക്ഷര

ങ്ങൾ തിരിച്ചിട്ടാണ് അയാൾ അങ്ങനെയൊരു പേരുണ്ടാക്കിയത്.

"ബിസ്രീ കേൾക്ക്, സചിസ് പറഞ്ഞു: "വല്യച്ഛൻ ജീവിച്ചിരുന്ന കാലത്ത് എനിക്ക് ജീവിതത്തിൽ സ്വാതന്ത്ര്യം തന്നു. കളിസ്ഥലത്ത് ഒരു കുട്ടിക്ക് ലഭിക്കുന്ന സ്വാതന്ത്ര്യംപോലെ. അതു പകലായിരുന്നു. പകൽ കഴിഞ്ഞു. ഇതു സായാഹ്നത്തിന്റെ സ്വാതന്ത്ര്യമാണ്. ആലോചിച്ചാൽ ആദ്യത്തേതെന്നപോലെ രണ്ടാമത്തേതും വല്യച്ഛന്റെ സമ്മാനം തന്നെ."

"എന്തും പറയാം നിങ്ങൾക്ക്, ഞാൻ പ്രതിവചിച്ചു, "ഈ പ്രഹസന മുണ്ടല്ലോ പൈപ്പുനിറക്കലും കാലുതടവലുമെല്ലാം അതൊരിക്കലും അങ്കി ളിന്റെ മാർഗമാകില്ല. സ്വാതന്ത്ര്യവുമായി അതിനൊരു ബന്ധവുമില്ല."

സചിസ് തർക്കിച്ചു: "അതു കരയിലെ സ്വാതന്ത്ര്യമാണ്. വല്യച്ഛൻ എന്റെ കൈകൾക്കു പരിശീലനം തന്നു. പണിയെടുക്കാൻ കഴിവുള്ളവ നാക്കി. പക്ഷെ ഇതു നിർവ്വാണത്തിന്റെ, നിർവൃതിയുടെ സമുദ്രമാണ്. അവിടെ തോണി മാത്രമേ സ്വാതന്ത്ര്യം തരുന്നുള്ളൂ. അതുകൊണ്ടാണ് എന്റെ ഗുരു എന്നെ സേവനത്തിന് നിയോഗിക്കുന്നത്. ആ പാദങ്ങൾ ഓരോ വട്ടവും തടവുമ്പോൾ ആ കടൽ കടക്കാൻ ഞാൻ പ്രാപ്തനായി ത്തീരുന്നു."

"നിങ്ങൾ ഇതു പറയുമ്പോൾ ആ നാണക്കേടു പകുതി കുറയുന്നു. അതു നിങ്ങളുടെ കാര്യം. എന്നാൽ ഒരു മടിയുമില്ലാതെ നിങ്ങളുടെ മുമ്പിൽ കാലു നീട്ടി ഇരിക്കുന്നവനോ?"

"അയാൾ അങ്ങനെ ഇരിക്കുന്നതിനു മടിക്കേണ്ട ആവശ്യമില്ല. മടി യോ നാണമോ തോന്നേണ്ടത് അയാൾക്കതിൽ താൽപര്യമുണ്ടെങ്കിൽ മാത്രമാണ്. ആവശ്യം എന്റേതാകുന്നു. "

ഞാനും സചിസുമിപ്പോൾ ഒരിടത്തായിരിക്കുന്നതെങ്കിലും വിഭിന്ന ലോകങ്ങളിലാണ് കഴിയുന്നത്. അയാൾക്കിപ്പോൾ ഞാനും ഒരാശയം മാത്രമാണ്. ആ ആശയത്തെയാണ് അയാൾ കെട്ടിപ്പിടിച്ചത്.

മുന്തിരി ചാരായം പോലെയാണ് ആ ആശയം പ്രവർത്തിക്കുക. മദ്യ പന് ലഹരിയിൽ ആരെയും ആലിംഗനം ചെയ്യാനും കണ്ണീർ വാർക്കാനും കഴിയും. എന്നെ ആലിംഗനം ചെയ്യുന്നതിൽ നിന്ന് ഒരു മദ്യപന് എന്തു നിർവൃതി ലഭിച്ചാലും എനിക്കതൊന്നും ലഭിക്കുന്നില്ല. എന്റെ വ്യക്തി ത്വത്തെ മുക്കിക്കളഞ്ഞ്, മഹാപ്രളയത്തിൽ ഒരു തിരയായി ഒടുങ്ങാൻ ഞാനാഗ്രഹിക്കുന്നില്ല. എനിക്കു ഞാനായി നിൽക്കണമെന്നുതന്നെയാ യിരുന്നു ആഗ്രഹം.

വാദപ്രതിവാദം ചെയ്യുന്നുണ്ടെങ്കിലും സചിസിനെ ഉപേക്ഷിക്കാൻ

എനിക്കു കഴിയുമായിരുന്നില്ല. അതിനാൽ എനിക്കും അവിടെ കൂടേണ്ടി വന്നു. സചിസിന്റെ സ്വാധീനത്തിൽപ്പെട്ട് ഭക്തരോടൊപ്പം ഗ്രാമങ്ങളിൽനിന്ന് ഗ്രാമങ്ങളിലേക്ക് ഒഴുകി. പതുക്കെപ്പതുക്കെ ഞാനും ആ ലഹരിക്ക് അധീനനായിത്തീർന്നു. ഞാനും മറ്റുള്ളവരെ നെഞ്ചിൽ ചേർത്ത് പുണരാനും മഴപോലെ കണ്ണീർ വീഴ്ത്താനും ഗുരുവിന്റെ പാദങ്ങൾ തടവാനും തുടങ്ങി. അങ്ങനെ ഒരു ദിവസം, ഏതു മാനസികാവസ്ഥയിലാണെന്നു നിശ്ചയമില്ല, ഏറെ രൂപാന്തരം വന്ന ഒരാളായി ഞാൻ സചിസിനെ കണ്ടു. മനുഷ്യദൈവങ്ങൾക്കു സംഭവിക്കുന്ന മാതിരിയുള്ള രൂപാന്തരം...

അഞ്ച്

അതു ചെറിയ കാര്യമായിരുന്നില്ല. ഞങ്ങളെപ്പോലെ രണ്ട് ഇംഗ്ലീഷ് പണ്ഡിതന്മാരേയും നിരീശ്വരവാദികളേയും തന്റെ ശിഷ്യരായി ലഭിച്ചതിൽ ലീലാനന്ദസ്വാമിക്ക് ധാരാളം പ്രശസ്തി ലഭിച്ചു. കൽക്കത്തയെപ്പോലുള്ള നഗരത്തിൽ അദ്ദേഹത്തിനു ധാരാളം ആരാധകരുണ്ടായിരുന്നു. അവർ അദ്ദേഹത്തെ അവിടെ താമസമാക്കാൻ ക്ഷണിച്ചുകൊണ്ടിരുന്നു.

അദ്ദേഹം കൽക്കത്തയിൽ വന്നു. എന്നു കൽക്കത്തയിൽ വന്നാലും സ്വാമിജി താമസിച്ചിരുന്നത് ശിവതോഷ് എന്ന് ഒരു ആരാധകന്റെ ഭവനത്തിലായിരുന്നു. സ്വാമിജിയെ ശുശ്രൂഷിക്കുന്നതിലും അനുയായി വൃന്ദത്തെ തീറ്റിപ്പോറ്റുന്നതിലുമായിരുന്നു ശിവതോഷിന് ആനന്ദലബ്ധി.

ശിവതോഷ് വിവാഹിതനായിരുന്നെങ്കിലും കുട്ടികളുണ്ടായിരുന്നില്ല. അയാൾ മരിച്ചപ്പോൾ യുവതിയായ ഭാര്യക്ക് ഒന്നും നൽകാതെ അയാളുടെ സ്വത്തുക്കളെല്ലാം ഗുരുവിനു നൽകുന്നതായി വിൽപ്പത്രം എഴുതിവച്ചു. അങ്ങുമിങ്ങുമായി ചിതറിക്കിടക്കുന്ന തന്റെ ആൾക്കാർക്കു സമ്മേളിക്കാനുള്ള ഒരു സ്ഥലമാകണം എന്റെ ഭവനമെന്ന് അയാൾ ആഗ്രഹിച്ചിരുന്നു. ഞങ്ങൾ കൽക്കത്തയിൽ വന്നപ്പോൾ ആ വീട്ടിലാണ് താമസിച്ചത്.

കൽക്കത്ത എന്റെ ആവേശം കെടുത്തി. ഗ്രാമഗ്രാമാന്തരങ്ങളിലൂടെ ഭക്തിയുമായി നടന്നപ്പോൾ ലഭിച്ചുകൊണ്ടിരുന്ന ലഹരി എനിക്കില്ലാതായി. പ്രപഞ്ചം എന്ന സ്ത്രീ മനുഷ്യമനസ്സെന്ന പുരുഷനുമായി പ്രേമബന്ധത്തിലേർപ്പെടുന്നു. ആ നിർവൃതിയിൽ ലയിച്ചിരിക്കുകയായിരുന്നു ഞാൻ.ഗ്രാമത്തിലെ ഹരിതമോഹനമായ പ്രകൃതി, വയലുകൾ ,നദീതീരങ്ങൾ, ആൽമരഛായകൾ, ജ്വലിക്കുന്ന ഉച്ചകൾ, ശാന്തമായ സന്ധ്യകൾ,

രാത്രി, ചീവീടുകളുടെ സംഗീതം എല്ലാം ആ ലഹരി വർദ്ധിപ്പിക്കുന്നതായിരുന്നു. ഉത്തേജിപ്പിക്കുന്ന ആകാശത്തിനുകീഴിൽ ഒരു സ്വപ്നത്തിലെന്നപോലെ ഞാൻ നടന്നിരുന്നു. എന്നാൽ പെട്ടെന്നു തന്നെ എന്റെ ശിരസ്സ് നഗരമെന്ന കനത്തമതിലിൽ ചെന്നിടിച്ചു. ഞാൻ ജനക്കൂട്ടങ്ങളെ ഉരുമ്മി. എന്റെ അനുഭൂതി നഷ്ടപ്പെട്ടുപോയി. എന്നെ പൊതിഞ്ഞുനിന്ന മോഹവലയം താനേ ഇല്ലാതായി.

ഒരിക്കൽ ഈ നഗരത്തിലെ ഒരു ഹോസ്റ്റലിൽ പുസ്തകങ്ങൾ വായിച്ചും ഗൗരവപ്പെട്ട വിഷയങ്ങളെക്കുറിച്ച് തർക്കിച്ചും ഞാൻ രാത്രിയും പകലും ചെലവഴിച്ചിരുന്നു. അന്ന് ഗോൾഡിഗിയിൽ കൂട്ടുകാരുമായി രാജ്യത്തിന്റെ അവസ്ഥയെക്കുറിച്ച് ചർച്ച ചെയ്യുകയും രാഷ്ട്രീയസമ്മേളനങ്ങളിൽ സന്നദ്ധഭടനായി സേവനമനുഷ്ഠിക്കുകയും ചെയ്തിരുന്നു. പോലീസ് അതിക്രമങ്ങളിൽ പ്രതിഷേധിച്ചതിന് അറസ്റ്റുചെയ്യപ്പെടുകയും ജയിൽവാസമനുഭവിക്കുകയും ചെയ്തിരുന്നു.

ഇവിടെയായിരുന്നു അങ്കിൾ ജഗ്മോഹന്റെ ആഹ്വാനമനുസരിച്ച് ഞങ്ങൾ ഒത്തുചേർന്നിരുന്നത്. സംഘടിത സമുദായം വിശ്വാസത്തിന്റെ പേരിൽ നടത്തുന്ന കൊള്ളക്കെതിരെ ജീവൻ പണയപ്പെടുത്തിയും പൊരുതുമെന്ന് ഞങ്ങൾ പ്രതിജ്ഞ ചെയ്തിരുന്നു. അടിമത്തം അടിച്ചേൽപ്പിക്കുന്ന ആചാരങ്ങളിൽനിന്നു രാജ്യത്തിന്റെ ആത്മാവിനെ മോചിപ്പിക്കാൻ ഞങ്ങൾ പ്രതിജ്ഞാബദ്ധരായി. ഇവിടെയായിരുന്നു ഞങ്ങളുടെ നവയൗവനത്തിന്റെ തീവ്രമായ അദ്ധ്യായം ഞങ്ങൾ രചിച്ചത്. എതിർപ്പുകൾ ഏറെ ഉണ്ടായിട്ടും ഞങ്ങൾ ഒഴുക്കിനെതിരായിത്തന്നെ നിന്നു.

ഒരിക്കൽക്കൂടി അതേ കൽക്കത്തയിൽ, പെരുകുന്ന പ്രശ്നങ്ങളിൽ, അതിന്റെ വിശപ്പിലും ദാഹത്തിലും ദുഃഖത്തിലും സന്തോഷത്തിലുമെല്ലാം എന്റെ അഭൗതിക അനുഭൂതികളെ നിലനിർത്താൻ ഞാൻ ശ്രമിക്കുകയായിരുന്നു.

ഞാൻ ക്ഷീണിതനും ദുർബലനുമാണെന്നും അച്ചടക്കമില്ലാത്തവനും തെറ്റുകാരനുമാണെന്നും എനിക്കുതന്നെ തോന്നാൻ തുടങ്ങി. ഞാൻ സചിസിനെ ശ്രദ്ധിച്ചു. അയാളുടെ മുഖത്ത് കൽക്കത്ത എന്നൊരു നഗരം ലോകത്തിൽ നിലനിൽക്കുന്നുണ്ടെന്നൊരു ഭാവം പോലുമില്ല. അയാൾ കാണുന്നതു വെറും നിഴലുകൾ മാത്രമായിരുന്നു.

ആറ്

ഞങ്ങൾ രണ്ട് സ്നേഹിതന്മാരും ഗുരുവിനോടൊപ്പം ശിവതോഷിന്റെ

വീട്ടിൽ താമസിച്ചു. ഞങ്ങളായിരുന്നു ഗുരുവിന്റെ പ്രധാന ശിഷ്യന്മാർ. ഞങ്ങൾ രാവും പകലും ദിവ്യാനുഭൂതിയുടെയും മോക്ഷത്തിന്റെയും മാർഗത്തിൽ ചലിച്ചു. അതിന്റെ തത്വങ്ങൾ ഗുരുവും ശിഷ്യരുമായി സംവാദത്തിലൂടെ വിശദമാക്കി. ഞങ്ങൾ അങ്ങനെ തത്വജ്ഞാനത്തിൽ മുഴുകിയിരിക്കവെ ഒരു പെണ്ണിന്റെ കിലുകിലാചിരി ഗൃഹാന്തർഭാഗത്തുനിന്ന് പുറപ്പെട്ട് ശരങ്ങൾപോലെ ഞങ്ങളുടെ അഭൗതികവലയത്തെ തുളച്ചു കയറുമായിരുന്നു. ചിലപ്പോൾ ആരോ ഉച്ചത്തിൽ സ്വാമി എന്നുവിളിക്കുന്നതു കേൾക്കാം. നമ്മുടെ ധ്യാനസ്വർഗ്ഗത്തെ അവ അലോസരപ്പെടുത്തിയില്ലെങ്കിലും ആ ശബ്ദങ്ങൾ വേനൽമഴപോലെ ഞങ്ങൾക്കല്പം കുളിരു പകർന്നിരുന്നു.

ചുമരുകൾക്കപ്പുറത്തെ മറച്ചുവെക്കപ്പെട്ട ലോകത്തിൽ നിന്ന് വന്നുകൊണ്ടിരുന്ന ഈ ജീവിതത്തുടിപ്പുകൾ പുഷ്പദലങ്ങൾപോലെ ഞങ്ങളിൽ പതിക്കുമ്പോൾ എനിക്കുള്ളിൽ മറ്റൊരു വിചാരമുണ്ടായി. അനുഭൂതികളുടെ ലോകം യഥാർത്ഥത്തിൽ അവിടെയാണെന്ന്. മുറികളുടെ കൂട്ടത്താക്കോൽ ബാമിയുടെ തോളിൽ കിലുങ്ങുമ്പോഴും പാചകത്തിന്റെ ഗന്ധം അടുക്കളയിൽനിന്നു പ്രസരിക്കുമ്പോഴും ചൂലുകൾ നിലമടിച്ചു വാരുന്ന ഒച്ചകേൾക്കുമ്പോഴും ഞാനതറിയുന്നു. അവിടെ എല്ലാം അപ്രധാനമാണെങ്കിലും അതാണു സത്യം. കയ്പും മധുരവും പരുപരുപ്പും നേർമ്മയും ഇടകലരുന്നിടത്താണ് അനുഭൂതിയുടെ ലോകം നിലനിൽക്കുന്നത്. ആ വീട്ടിലെ വിധവയുടെ പേര് ദാമിനി എന്നായിരുന്നു. സുന്ദരിയായ ആ യുവതിയെ ഞാൻ വല്ലപ്പോഴും മാത്രമേ കണ്ടിട്ടുള്ളൂ. അതും ഒരു ഫ്ളാഷ്പോലെ. ഒരിക്കലും മുഖാമുഖം കണ്ടിരുന്നില്ല. ഞങ്ങൾക്കിടയിൽ അദൃശ്യമായ ഒരു മറ ഉണ്ടായിരുന്നു. ഞങ്ങൾ ഗുരുവിനോടൊപ്പം അവിടുത്തെ കാര്യങ്ങളിൽ ശ്രദ്ധിക്കാനാരംഭിച്ചപ്പോൾ ആ മറ ഇല്ലാതായി.

ശ്രാവണമാസത്തിലെ മിന്നൽപിണർപോലെയായിരുന്നു ദാമിനി. യുവസഹജമായ കാഴ്ചപ്പാടുകളായിരുന്നു അവൾക്കുണ്ടായിരുന്നത്. അകമേ താരുണ്യത്തിന്റെ അണയാത്ത അഗ്നി ജ്വലിക്കുന്നുണ്ടായിരുന്നു.

സചിസിന്റെ ഡയറിയിൽ ഇങ്ങനെയൊരു കുറിപ്പു കാണുന്നു: "സ്ത്രീത്വത്തിന്റെ മൂലരൂപമാണ് ഞാൻ നാനിബാലയിൽ കണ്ടത്. മാലിന്യത്തിന്റെ കറുപ്പടയാളം സ്വയം സ്വീകരിച്ചവൾ. ഒരു പാപിക്കുവേണ്ടിയായിരുന്നു അവൾ തന്റെ ജീവൻ ത്യജിച്ചത്. തന്റെ മരണംകൊണ്ട് മറ്റുള്ളവരുടെ ജീവിതത്തെ അപകടരഹിതമാക്കി അവൾ.

“ദാമിനിയിൽ ഞാൻ കണ്ടത് സ്ത്രീത്വത്തിന്റെ മറ്റൊരു രൂപമായിരുന്നു. മരണത്തോടു മുഖം തിരിഞ്ഞുനിൽക്കുന്നവൾ, ജീവിതരസത്തിൽ മുഴുകിയവൾ. അവൾ കർമ്മോത്സുകയായിരുന്നു. വസന്തപുഷ്പംപോലെ അകമേ ചാരുതയും സുഗന്ധവും വഹിച്ചിരുന്നു. ഒന്നും നഷ്ടപ്പെടാൻ ഇഷ്ടപ്പെടാത്ത അവൾ സന്യാസിയെ വീട്ടിൽ കയറ്റാൻ മടിച്ചിരുന്നു. ആഞ്ഞടിക്കുന്ന വടക്കൻ കാറ്റിനെ ചെറുക്കാനുള്ള ശ്രമമായിരുന്നു അവളുടേത്.”

ദാമിനിയുടെ പൂർവ്വചരിത്രം ഞാൻ പിന്നീടാണറിഞ്ഞത്. അവളുടെ അച്ഛൻ അന്നദാപ്രസാദ് ചണവ്യാപാരത്തിൽ നല്ല ലാഭമുണ്ടാക്കിയിരുന്ന കാലത്തായിരുന്നു അവളെ ശിവതോഷിനു കല്യാണം കഴിച്ചുകൊടുത്തത്. ഒരു നല്ല കുടുംബത്തിൽപ്പിറന്നവനെന്നു മാത്രമായിരുന്നു ശിവതോഷിന്റെ യോഗ്യത. വിവാഹശേഷം സമ്പന്നനുമായിത്തീർന്നു. അന്നദാ മരുമകന് കൽത്തയിൽ ഒരു വീടും കുടുംബചെലവുകൾക്ക് ആവശ്യമായ സ്വത്തും നൽകി. ദാമിനിക്ക് തന്റെ ധനസ്ഥിതിയനുസരിച്ച് ധാരാളം ആഭരണങ്ങൾ അദ്ദേഹം വാങ്ങിക്കൊടുത്തിരുന്നു.

ശിവതോഷിനെ തന്റെ വ്യാപാരം പരിശീലിപ്പിക്കുവാനും കൂടെ നിർത്താനും അന്നദാ ഏറെ പരിശ്രമിച്ചെങ്കിലും ഫലമുണ്ടായില്ല. അയാൾ ജന്മനാ ഒരു മടിയനും ഭക്തനുമായിരുന്നു. ഐഹികമായ നേട്ടങ്ങളിലൊന്നും അയാൾക്ക് ആഗ്രഹമില്ലായിരുന്നു. വ്യാഴദശ ആരംഭിക്കുമ്പോൾ മോക്ഷം ലഭിക്കാൻ സാധ്യതയുണ്ടെന്ന് ഒരു ജ്യോതിഷി പ്രവചിച്ചിരുന്നു. ആ പ്രവചനത്തിൽ ഏറെ സന്തുഷ്ടനായി അയാൾ അന്നുമുതൽ സ്വർണ്ണമോ ധനവുമായോ ഉള്ള ബന്ധം വേണ്ടെന്നുവെച്ചു. അക്കാലത്തായിരുന്നു ലീലാനന്ദസ്വാമിയുടെ ശിഷ്യത്വം അയാൾ സ്വീകരിക്കുന്നത്.

അന്നദായുടെ ഭാഗ്യത്തിന്റെ കപ്പൽ. പൊടുന്നനെ എതിർ കാറ്റിൽപ്പെട്ട് അയാൾക്കു പലതും നഷ്ടമായി. വ്യാപാരം തകർന്നു കടം വീട്ടാൻ വേണ്ടി സമ്പാദിച്ചതെല്ലാം വിൽക്കേണ്ടി വന്നു.

ഒരു വൈകുന്നേരം ശിവതോഷ് വീട്ടിൽവന്നു ഭാര്യയോടു പറഞ്ഞു: “സ്വാമിജി വന്നിട്ടുണ്ട്. മാർഗനിർദ്ദേശം നൽകാൻ അദ്ദേഹം നിന്നെ കാണാൻ ആഗ്രഹിക്കുന്നു”

ദാമിനി പറഞ്ഞു: “എനിക്കിപ്പോൾ വരാനാവില്ല. ഇവിടെ ധാരാളം ജോലിയുണ്ട്. ഒട്ടും സമയമില്ല.

“സമയമില്ലെന്നോ?”

ശിവതോഷ് അവളിരിക്കുന്ന വെളിച്ചം കുറഞ്ഞ മുറിയിലേക്കു പോയി.

അവിടെ ദാമിനി തന്റെ ആഭരണപ്പെട്ടി അലമാരയിൽ നിന്നെടുത്ത് ആഭരണങ്ങൾ ഓരോന്നും പുറത്തെടുത്ത് നോക്കുകയായിരുന്നു.

"നീ എന്താ ഇപ്പോൾ ഇതുകൊണ്ടു ചെയ്യുന്നത്?"

"ഞാൻ അവയെ തുടച്ചുവൃത്തിയാക്കി വെക്കുകയാണ്."

"അതുകൊണ്ടാണോ സമയമില്ലാത്തത്? "

അവളൊന്നും പറഞ്ഞില്ല. അടുത്തദിവസം തന്റെ ആഭരണപ്പെട്ടി തുറന്നപ്പോൾ അവൾ പരിഭ്രമിച്ചു. അവൾ ഭർത്താവിനോടു ചോദിച്ചു."എവിടെ എന്റെ ആഭരണപ്പെട്ടി?"

ശിവതോഷ് ഒരു പരിഭ്രമവുമില്ലാതെ ശാന്തനായി പറഞ്ഞു: "ആഭരണങ്ങളെല്ലാം എടുത്തു ഞാൻ ഗുരുവിനു കൊടുത്തു. അദ്ദേഹത്തിനു മനുഷ്യമനസ്സിന്റെ രഹസ്യം അറിയാനുള്ള കഴിവുണ്ട്. അതല്ലേ തക്ക സമയത്തുതന്നെ അദ്ദേഹം ഇവിടെ എത്തിയത്. അത്ഭുതം തന്നെ. സ്വർണ്ണത്തോടുള്ള നിന്റെ ആർത്തി അദ്ദേഹം അവസാനിപ്പിച്ചിരിക്കുന്നു"

"എന്റെ ആഭരണങ്ങൾ എനിക്കു തിരികെ തരൂ..."

ദാമിനി ഭ്രാന്തിയെപ്പോലെ അലറി. ശിവതോഷ് ഭക്തിയോടെ പുഞ്ചിരിച്ചു.

"ആഭരണങ്ങളിപ്പോൾ പുണ്യമുള്ള കൈകളിലാകുന്നു ഉള്ളത്. ധനാർത്തിയുള്ളവരുടെ കീശനിറയ്ക്കാനല്ല ഭക്തജനങ്ങളുടെ സേവനത്തിനാണ് അത് ഉപയോഗിക്കപ്പെടുക..."

തുടർന്നായിരുന്നു ഭക്തിയുടെ ഭീകരതാണ്ഡവം അവളെ കഷ്ടപ്പെടുത്താൻ തുടങ്ങിയത്. ദാമിനിയുടെ ഹൃദയത്തിൽനിന്നു ധനമോഹത്തെ കുടിയിറക്കാനുള്ള യജ്ഞവും ആരംഭിച്ചു. ഓരോ ദിവസവും അറുപതും എഴുപതും ഭക്തജനങ്ങൾക്ക് അവൾ ഭക്ഷണം പാചകം ചെയ്യേണ്ടി വന്നു. മറ്റൊരിടത്ത് അന്നേരം അവളുടെ അച്ഛനും ഇളയസഹോദരന്മാരും ഭക്ഷണമില്ലാതെ പട്ടിണി കിടക്കുകയായിരുന്നു. അതിന്റെ അമർഷത്താൽ അവൾ മനഃപൂർവ്വം കറിയിൽ ഉപ്പിടാതിരിക്കുകയും തിളപ്പിച്ച പാൽ വറ്റിച്ചു കളയുകയും ചെയ്യുമായിരുന്നു. അപ്പോഴെല്ലാം അവളുടെ മനസ്സിനെ ആത്മീയ സ്വർഗ്ഗത്തിലേക്കു നയിക്കാനുള്ള ഭർത്താവിന്റെ ക്രൂരമായ ശ്രമം തുടർന്നു കൊണ്ടിരുന്നു.

അതങ്ങനെ തുടരുന്നതിനിടയിലാണ് ഭർത്താവിന്റെ സ്വർഗ്ഗാരോഹണം. പോകുന്നതിനു മുമ്പുതന്നെ ഭാര്യയുടെ ഭക്തിരാഹിത്യത്തിനുള്ള അന്തിമമായ ശിക്ഷയും അയാൾ നൽകി. അതു വിൽപത്രത്തിന്റെ രൂപത്തിലായിരുന്നു. തന്റെ സകല സ്വത്തുക്കളോടൊപ്പം ഭാര്യയേയും ഗുരുവിന്റെ പാദങ്ങളിൽ

സമർപ്പിച്ചു. ഇനി അവൾ സ്വാമിജിയുടെ സംരക്ഷണത്തിലായിരിക്കും.

ഏഴ്

ഭക്തിയുടെ തിരമാലകൾ ആ ഭവനത്തിൽ നിരന്തരം അലയടിച്ചുകൊണ്ടിരുന്നു. എണ്ണമറ്റ ജനങ്ങളായിരുന്നു ഗുരുപാദങ്ങളെ പ്രണമിക്കാൻ അടുത്തുനിന്നും അകലെ നിന്നും വന്നുകൊണ്ടിരുന്നത്. ഭക്തിയൊന്നും കൂടാതെ സന്യാസിവര്യന്റെ ദിവ്യസാമീപ്യം ലഭിക്കാൻ ഭാഗ്യമുണ്ടായ ദാമിനിയാകട്ടെ അവൾക്കു ലഭിച്ച അപൂർവ്വ അവസരം വെറുപ്പോടെ പാഴാക്കിക്കൊണ്ടിരുന്നു.

ഗുരു എന്തെങ്കിലും കാര്യം പറയാൻ വിളിച്ചാൽഅവൾ തലവേദനയാണെന്ന് പറഞ്ഞ് ഒഴിഞ്ഞുമാറും. വൈകുന്നരത്തെ പ്രാർത്ഥനയുടെ ഒരുക്കങ്ങളിലെ പോരായ്മകളെക്കുറിച്ചു പരാതി ഉന്നയിച്ചാൽ താൻ തിയേറ്ററിൽ പോയിരിക്കുകയായിരുന്നു എന്നാവും അവളുടെ മറുപടി. പറയുന്നത് അസത്യവും ധിക്കാരവും മാത്രം. ദാമിനിയുടെ ഈ നിഷേധം കണ്ട് സ്ത്രീകളായ വിശ്വാസികൾ അമ്പരന്നുപോയിട്ടുണ്ട്. അവൾ വിധവയുടെ വസ്ത്രം ധരിക്കാൻ പോലും ഒരുമ്പെട്ടില്ല. ഒരു മഹാത്മാവിന്റെ നിരന്തരമായ സാമീപ്യമുള്ളപ്പോൾ അദ്ദേഹത്തെ ശുശ്രൂഷിക്കുന്നതിൽ ഒരു ഭക്തക്കുണ്ടാകുന്ന ആനന്ദം അവളുടെ മുഖത്ത് കണ്ടിരുന്നില്ല. ഭക്തകൾ പറഞ്ഞു: “എന്തൊരു പിഴച്ച പെണ്ണ്? ”

അവരുടെ വിമർശനം കേട്ട് സ്വാമിജി പുഞ്ചിരിച്ചു.

“ശക്തരായവരോടുമാത്രമെ ദൈവം ഒരു മത്സരത്തിന് ഒരുമ്പെടുകയുള്ളൂ. തന്റെ പരാജയം തിരിച്ചറിയുന്ന ദിവസം അവൾ ശാന്തയായിക്കൊള്ളും”

അവളുടെ ധിക്കാരത്തിനെല്ലാം ഗുരു മാപ്പു കൊടുത്തു. അതു ദാമിനി മറ്റൊരു ശിക്ഷയായിക്കരുതി. ഗുരു അവളെ തൈലാഭിഷേകംകൊണ്ടു ചികിത്സിക്കുന്ന രീതി അവൾ കൂട്ടുകാരികളോട് പരിഹാസത്തോടെ പറഞ്ഞത് ഒരിക്കൽ ഗുരു കേട്ടു. അദ്ദേഹം പറഞ്ഞു:“അസംഭവ്യമെന്നുതോന്നുന്നത് ഒരു ദിവസം സംഭവിക്കുകതന്നെ ചെയ്യും. അതു സംഭവിക്കുന്നതിനുള്ള ഒരുപകരണം മാത്രമാകുന്നു ദാമിനി. പാവം അവളെ കുറ്റപ്പെടുത്തേണ്ടതില്ല.”

കൂടുതൽ എഴുതാൻ എനിക്കു കഴിയുന്നില്ല. അതെളുപ്പവുമല്ല. ജീവിതരംഗങ്ങൾക്കു പിന്നിൽനിന്ന് അഗോചരകരങ്ങൾ ദുഃഖത്തിന്റെ വലകൾ നെയ്തുകൊണ്ടിരിക്കുന്നു. അതിന്റെ രൂപം എന്തായിരിക്കുമെന്ന് നിശ്ച

യിക്കാൻ കഴിയില്ല, അതിനെന്തെങ്കിലും പ്രമാണവുമില്ല. അകത്തും പുറത്തുമുള്ള ഈ അസ്വസ്തതക്കും വേദനകൾക്കും അതുതന്നെയാണുകാരണം.

എതിർപ്പിന്റെ പരുഷമായ തോടു പല കഷണങ്ങളായി പൊളിഞ്ഞു വീണ ദിവസം ആരും അത്ര ശ്രദ്ധിച്ചിരുന്നില്ല. ശുദ്ധീകരണത്തിന്റെ ആദ്യ രശ്മികൾ ആ പുഷ്പത്തിൽ പതിച്ചപ്പോൾ അതിന്റെ ഹൃദയം പ്രഭാതത്തിലെ മഞ്ഞുതുള്ളികളാൽ നിറഞ്ഞിരുന്നു.

ദാമിനി ഭക്തിമാർഗ്ഗത്തിലേക്കു വന്നത് ഒരു വരദാനമായി ഭക്തന്മാർ കരുതി. മൂകമായ മിന്നൽക്കൊടിപോലെ ദാമിനി വന്നപ്പോഴാണ് അവളുടെ ചാരുത സചിസ് ശ്രദ്ധിക്കാൻ തുടങ്ങിയത്.

ഞാൻ ഒരിക്കൽക്കൂടി പറയട്ടെ, സചിസ് അവളുടെ ചാരുത മാത്രമേ കണ്ടുള്ളൂ, അവളെ കണ്ടില്ല.

ലീലാനന്ദസ്വാമി ധ്യാനനിരതനായിരിക്കുന്ന ഒരു കളിമൺ പ്രതിമ സചിസിനുണ്ടായിരുന്നു. അതയാളുടെ മുറിയിൽ വെച്ചിരിക്കുകയായിരുന്നു. ഒരു ദിവസം അതു താഴെ വീണു പൊട്ടിച്ചിതറിക്കിടക്കുന്നതാണ് കണ്ടത്. താൻ വളർത്തുന്ന പൂച്ചയായിരിക്കും അത് ചെയ്തതെന്ന് അയാൾ സംശയിച്ചു. തുടർന്ന് ആ വീട്ടിൽ അനർത്ഥങ്ങൾ പലതും സംഭവിക്കുകയുണ്ടായി. ഒരു പൂച്ചയ്ക്കു ചെയ്യാവുന്നതായിരുന്നില്ല അതൊന്നും.

അസ്വസ്ഥമായ ഒരു കാറ്റ് ചുറ്റുപാടും വീശുന്നുണ്ടായിരുന്നു. അദൃശ്യമായ ഒരു മിന്നൽപ്പിണർ അടിയിലും സഞ്ചരിച്ചു. എനിക്കു മറ്റുള്ളവരുടെ കാര്യം അറിയില്ല, എന്റെ ഹൃദയം വേദനിച്ചു. എനിക്ക് എന്നെത്തന്നെ എതിർക്കേണ്ടുന്ന നിമിഷങ്ങളുണ്ടായി. ഞാൻ പറഞ്ഞു: എനിക്കീ നിർവൃതിയുടെ നിരന്തരമായ മർദ്ദനം സഹിക്കാൻ കഴിയില്ല. ഞാൻ ഇതിൽനിന്നെല്ലാം രക്ഷപ്പെടാൻ ആഗ്രഹിക്കുന്നു. എന്റെ പഴയ ചമാർ പയ്യന്മാരെ ബംഗാളിഭാഷയിലെ കൂട്ടക്ഷരം പഠിപ്പിക്കുക ഇതിലും എത്ര ഭേദം.

മഞ്ഞുകാലത്ത് ഒരപരാഹ്നത്തിൽ ഗുരു വിശ്രമിക്കുന്ന വേളയിൽ എന്തോ എടുക്കാൻ വേണ്ടി സ്വന്തം മുറിയിൽ പോയ സചിസ് ഒരത്ഭുതം കണ്ട് സ്തംഭിച്ചു നിന്നുപോയി.

അവിടെ ദാമിനി നിലത്തു കമിഴ്ന്നുകിടന്ന് അവളുടെ തല കല്ലുപാകിയ തറയിൽ മുട്ടിച്ചുകൊണ്ടു പറയുന്നു: "കല്ലേ, എന്റെ കല്ലേ, എന്നോടു ദയ കാണിക്കൂ, എന്നെ കൊല്ലൂ."

അതുകണ്ടു സചിസിന്റെ ശരീരം വിറച്ചു. അയാൾ അവിടെ നിന്നു വേഗം തന്നെ ഇറങ്ങിപ്പോയി.

എട്ട്

ഏകാന്തവാസത്തിനായി വർഷത്തിലൊരിക്കൽ ദൂരെ ഏതെങ്കിലും ഒറ്റപ്പെട്ട സ്ഥലത്തു സ്വാമിജി പോകാറുണ്ട്. ആ വർഷം മാഘമാസത്തിലായിരുന്നു യാത്ര. സചിസും ഞാനും അദ്ദേഹത്തോടൊപ്പം പോകാൻ തയ്യാറായി. നിർവാണത്തിന്റെ പനി എന്റെ മജ്ജവരെ എന്നെ ബാധിച്ചിരുന്നു. എനിക്ക് അല്പം കഠിനമായ യാത്രയും ഏകാന്തതയും ആവശ്യമായിരുന്നു.

സ്വാമിജി ദാമിനിയോട് പറഞ്ഞു: "കുഞ്ഞേ, ഞാനൊരു യാത്ര പോവുകയാണ്. മുമ്പു ചെയ്തിട്ടുള്ളതുപോലെനിക്കു നിന്റെ അമ്മാവിയുടെ വീട്ടിൽ താമസിക്കാൻ സൗകര്യം ചെയ്യട്ടോ ഞാൻ?"

ദാമിനി പറഞ്ഞു: "വേണ്ടാ, ഞാൻ അങ്ങയോടൊപ്പം വരുന്നു"

"ഒറ്റപ്പെട്ട സ്ഥലത്തേക്കാണു യാത്ര. കഠിനമായ യാത്രയാണ്. നിനക്കതു സഹിക്കാൻ പ്രയാസമുണ്ടാവും."

"അതു ഞാൻ സഹിച്ചോളാം. അങ്ങ് എന്നെക്കുറിച്ചു വിഷമിക്കാതിരിക്കൂ."

ദാമിനിയുടെ തീരുമാനം സ്വാമിജിയെ സന്തോഷിപ്പിച്ചു. മുൻവർഷങ്ങളിൽ ഈ യാത്രക്കാലം ദാമിനി തന്റെ അവധിക്കാലമായാണു കരുതിയിരുന്നത്. ആ സമയം വരാൻ അവൾ കാത്തിരിക്കുകയായിരുന്നു.

"എന്തൊരത്ഭുതം," സ്വാമിജി വിചാരിച്ചു. ദൈവികമായ രാസവിദ്യയ്ക്ക് കല്ലിൽ നിന്ന് വെണ്ണയെടുക്കാൻ കഴിയുന്നു."

ദാമിനിക്കു പക്ഷെ അവളുടെ വഴിയുണ്ടായിരുന്നു. അവൾ യാത്രയ്ക്കു വന്നു.

ഒൻപത്

വെയിലത്ത് ആറുമൈൽ നടന്ന് ഞങ്ങൾ ഒരു കടൽ മുനമ്പിലെത്തി. ശാന്തമായ പ്രദേശം. തെങ്ങോലകളുടെ കിലുകിലുക്കവും കടൽക്കാറ്റിന്റെ ഇരമ്പവും മാത്രമായിരുന്നു അവിടെ കേട്ടിരുന്നത്. നിദ്രയിലാണ്ട കരയുടെ തളർന്ന കൈ കടലിലേക്കു നീണ്ടുകിടക്കുന്നതുപോലെ തോന്നും മുനമ്പുകണ്ടാൽ. ആ കൈ വെള്ളയിൽ എടുത്തുവച്ചതുപോലെ ഒരു ചെറിയ കുന്നുണ്ടായിരുന്നു. നീലക്കുന്ന്. കുന്നിന്റെ ഒരുവശത്ത് ഉള്ളിലേക്ക് കിഴിഞ്ഞുപോകുന്ന ഒരു ഗുഹയുണ്ട്. ആ ഗുഹക്കുള്ളിലെ ചുമർചിത്രങ്ങൾ ബുദ്ധമതത്തിന്റെയാണെന്നും അതല്ല ഹിന്ദുമതത്തിന്റെയാണെന്നും പണ്ഡിതന്മാർക്കിടയിൽ തർക്കമുണ്ട്. ചിത്രത്തിൽ കാണു

ന്നതു ബുദ്ധനോ വാസുദേവനോ എന്നതാണു തർക്കം. അതിൽ ഗ്രീക്ക് കലാസ്വാധീനം കാണാനുണ്ടെന്നും പറയപ്പെടുന്നു.

ഗുഹാസന്ദർശനത്തിനുശേഷം ഗ്രാമത്തിലേക്കു മടങ്ങിപ്പോകാൻ ഞങ്ങൾക്കു പരിപാടിയുണ്ടായിരുന്നു. നേരം വൈകിയിരുന്നതിനാൽ ആ പരിപാടി ഉപേക്ഷിക്കേണ്ടി വന്നു. നല്ല ചന്ദ്രികയുള്ള രാത്രിയായിരുന്നു അത്. ഗുഹയിൽ പാർക്കാമെന്നു ഗുരുജി നിർദ്ദേശിച്ചു, ഞങ്ങളതനുസരിച്ചു.

സന്ധ്യക്ക്, സൂര്യൻ പശ്ചിമചക്രവാളത്തിൽ മറഞ്ഞു കഴിഞ്ഞപ്പോൾ ഗുരുജി ഒരു നവകവിത നീട്ടിപ്പാടി:

"അപ്പാതവക്ക
ത്തൊരന്തിനേരത്തു നീ
നിൽപ്പതു കണ്ടു ഞാൻ,
നിന്നിലെൻ കണ്ണുകൾ
ചെന്നു പതിച്ചൊരാ
സുന്ദരവേളയിൽ
മാഞ്ഞു പോയല്ലോ
പകലിൻ വെളിച്ചവും"

പാട്ടു ഞങ്ങളെ സ്പർശിച്ചു. ദാമിനിയുടെ കണ്ണുകൾ സജലങ്ങളായിരുന്നു. സ്വാമിജി തുടർന്നുള്ള വരികൾ പാടി:

മേലിലൊരിക്കലും
കണ്ടില്ലയെങ്കിലും
ഖേദിക്കയില്ല,
മറയ്ക്കട്ടെ നിൻ ചാരു
ചേവടി ഞാനെന്റെ
വേണിയാൽ...

സ്വാമി പാടി നിർത്തിയപ്പോൾ കടലിലും ആകാശത്തും ആ ഗാനത്തിന്റെ ലോലവീചികൾ നിറഞ്ഞിരിക്കുന്നതായി തോന്നി. ദാമിനി തലകുനിച്ചിരിക്കുകയായിരുന്നു. അവളുടെ മുടി അഴിഞ്ഞു നിലത്തു ചിതറി വീണിരുന്നു. പാട്ടുനിന്നിട്ടും അവൾ കുറച്ചുനേരത്തേക്കു തല കുനിച്ചതേയില്ല.

പത്ത്

സചിസ് ഡയറിയിൽ ഇങ്ങനെ എഴുതിയിരിക്കുന്നു.

"ഗുഹക്കു പല അറകളുണ്ടായിരുന്നു. അതിലൊന്നിൽ കമ്പിളി വിരിച്ചു ഞാൻ കിടന്നു. നനഞ്ഞ ഉച്ഛ്വാസവായു ഊതിവിടുന്ന ഒരു കറുത്ത മൃഗത്തെപ്പോലെയായിരുന്നു അതിനുള്ളിലെ ഇരുട്ട്. കണ്ണും കാതുമില്ലാ

ത്തതും വിശപ്പുമാത്രമുള്ളതുമായ ഒരു പുരാതന ജന്തു ആ അറയിൽ നിറഞ്ഞുനിൽക്കുന്നതുപോലെ തോന്നി. അതിനു ഹൃദയമില്ല, തിരിച്ചറിവില്ല, നിത്യമായ വേദനമാത്രം. അതു മൗനമായി കരഞ്ഞിരുന്നു.

എന്റെ ശരീരത്തിന് എന്തോ ഒരു ഭാരം അനുഭവപ്പെട്ടു. എനിക്കുറങ്ങാൻ കഴിഞ്ഞിരുന്നില്ല. ഏതോ ഒരു പക്ഷി, കടവാതിലായിരിക്കണം, ഇരുട്ടിൽനിന്നിരുട്ടിലേക്കു ചിറകടിച്ചു പറന്നുപോയി. അരികത്ത് എന്തോ ഇഴയുന്നതുപോലെ എനിക്കു തോന്നി.

പുറത്തിറങ്ങി തുറന്നസ്ഥലത്ത് ഉറങ്ങണമെന്നുണ്ടായിരുന്നു. പക്ഷെ ഗുഹാകവാടത്തിലേക്കുള്ള വഴി ഞാൻ മറന്നുപോയിരുന്നു. ഞാൻ അങ്ങോട്ടുമിങ്ങോട്ടും ഉരുണ്ടു, എന്റെ തല പലപ്പോഴും ചുമരിൽ മുട്ടി. ഒരിക്കൽ ഗുഹയിലെ ഊറ്റുവന്നു നിറയുന്ന കുഴിയിൽ ഞാൻ വീണു.

ഒടുവിൽ ഉരുളലെല്ലാം കഴിഞ്ഞ് ഞാൻ കമ്പിളിയിൽത്തന്നെ കിടന്നു. എന്നെ പുറത്തുവിടാതെ ആ പ്രാചീനമൃഗം അതിന്റെ ഉമിനീരൊഴുക്കുന്ന വക്രതത്തിൽ അടച്ചതായി എനിക്കു തോന്നി. അതിന്റെ കറുത്ത വിശപ്പ് എന്റെ പേശികളെ കുറേശ്ശെയായി നക്കിനക്കിത്തിന്നും. എല്ലാം കാർന്നെടുക്കാനാണ് അതിന്റെ ശ്രമം.

ഞാൻ ഉറക്കത്തിനായി പ്രാർത്ഥിച്ചു. എന്നെ ഉണർന്നബോധത്തിൽ ആ ഭയങ്കര ഇരുട്ടിന്റെ ആലിംഗനം ശ്വാസം മുട്ടിക്കുന്നതായിരുന്നു. അതു മരണമായിരുന്നു.

ഒത്തിരി നേരമെടുത്തു ഒരു നേർത്തപാടപോലെ കണ്ണിൽ ഉറക്കം വന്നുനിൽക്കാൻ. എന്റെ ബോധം മയക്കിത്തുടങ്ങിയിരുന്നു. അന്നേരം വളരെ അടുത്തായി ആരുടെയോ ശ്വാസോച്ഛ്വാസം ഞാൻ കേട്ടു. ഭയം കൊണ്ടു ഞാൻ വിറങ്ങലിച്ചുപോയി. അത് ആ പ്രാചീനമൃഗം തന്നെയാണോ?

അന്നേരം ആ കാട്ടുമൃഗം എന്റെ കാലിൽ കടന്നുപിടിച്ചു. കാട്ടുമൃഗത്തിന്റെ കൈകാലുകളിൽ രോമമുണ്ടാവുമല്ലോ. അതിന് അതുണ്ടായിരുന്നില്ല. എന്റെ ശരീരം ചുരുങ്ങുകയായിരുന്നു.

അതൊരു വിചിത്രമായ ഇഴജന്തുവാണെന്നു ഞാൻ ഊഹിച്ചു. എന്നാൽ അതിന്റെ തലയോ ഉടലോ വാലോ ഒന്നും എനിക്ക് കാണാൻ കഴിഞ്ഞില്ല. അതൊരു ഭീകരജന്തുവായിരിക്കണം. പക്ഷെ അതിന്റെ ശരീരം മൃദുവും നേർമ്മയുള്ളതുമായിരുന്നു.

ഭയവും വിസ്മയവുംകൊണ്ട് എന്റെ തൊണ്ട വറ്റിപ്പോയിരുന്നു. പാദങ്ങൾ ഉയർത്തി ഞാൻ ആ ജന്തുവിനെ തള്ളിമാറ്റി. അതിന്റെ മുഖത്തിന്റെ

ഭാരം പാദങ്ങളിൽ എനിക്കനുഭവപ്പെട്ടു. അതിന്റെ ശ്വാസോച്ഛ്വാസം ദ്രുതഗതിയിലായിരുന്നു. ഞാൻ അതിനെ വീണ്ടും വീണ്ടും തൊഴിച്ചു.

മൃഗത്തിന് രോമില്ലെന്ന് ആദ്യം തോന്നിയെങ്കിലും ഇപ്പോൾ നീണ്ട രോമങ്ങളുടെ ഒരുകൂട്ടം എന്റെ പാദങ്ങളിൽ വീണു. ഞാൻ ഞെട്ടലോടെ എഴുന്നേറ്റു.

ഇരുട്ടിൽ ആരോ ഇറങ്ങിപ്പോയതായിത്തോന്നി. ഒരു ഞരക്കം കേട്ടു. ശ്വാസതടസ്സം വന്ന ആരുടെയോ നിലവിളിയായിരുന്നു അത്?

ദാമിനി

ഒന്ന്

ഞങ്ങൾ ഗുഹയിൽനിന്നു മടങ്ങി. ഗുരുജിയുടെ ശിഷ്യൻ ഞങ്ങളെ ഗ്രാമക്ഷേത്രത്തിനടുത്തുള്ള അയാളുടെ ഭവനത്തിന്റെ മുകൾനിലയിൽ താമസിപ്പിച്ചു.

ഗുഹയിൽനിന്നു മടങ്ങിയതിനുശേഷം ദാമിനിയെ ഞാൻ വിരളമായേ കണ്ടിരുന്നുള്ളൂ. അവൾ ഞങ്ങളുടെ ഭക്ഷണം പാകം ചെയ്തിരുന്നെങ്കിലും പുറത്തിറങ്ങിയിരുന്നില്ല. അവൾ പിന്നെ ഞങ്ങളെ ഒഴിച്ച് ഗ്രാമത്തിലുള്ള സ്ത്രീകളുമായി ചങ്ങാത്തം കൂടി, ഇടയ്ക്കിടെ അവരുടെ വീടുകളിൽ പോയി.

ഗുരുജിക്ക് അതിന്റെ എതിർപ്പൊന്നും ഉണ്ടായിരുന്നില്ല. അദ്ദേഹം പറഞ്ഞു: “ദാമിനി ഭൂമിയിലുള്ള കൂട്ടിലേക്കാണ് ആകർഷിക്കപ്പെടുന്നത്. ആകാശത്തേക്കല്ല, കുറച്ചുനാൾ ഭക്തിയോടെ അവൾ നമ്മളെ സേവിച്ചു. അവൾക്കെന്തോ മടുപ്പുള്ളതായി എനിക്കു തോന്നുന്നു. അവൾ തെറ്റുകൾ ചെയ്യുന്നു. അവളുടെ പഴയ ഉത്സാഹം നഷ്ടമായിരിക്കുന്നു.”

വീണ്ടും അദ്ദേഹത്തിന് അവളെക്കുറിച്ച് വിഷമമായി. ദിവസം ചെല്ലുന്തോറും ദാമിനിയുടെ മുഖത്ത് ഒരു വിളർച്ച കാണപ്പെട്ടു. എതിർപ്പിന്റെയും അസ്വസ്ഥതയുടെയും ലക്ഷണങ്ങൾ കണ്ടു തുടങ്ങി.

ഗുരുഭജനകളിലും കീർത്തനങ്ങളിലും കൂടുതൽ ശ്രദ്ധയോടെ മുഴുകി. പിണക്കമുള്ള തേനീച്ച മധുഗന്ധത്താൽ ആകർഷിക്കപ്പെട്ടു കൂട്ടിലേക്കു മടങ്ങിവരുമെന്നായിരുന്നു പ്രതീക്ഷ. ഹേമന്തത്തിന്റെ ദൈർഘ്യം കുറഞ്ഞ പകലുകൾ പക്ഷികളുടെ സംഗീതത്താൽ മുഖരിതമായിരുന്നു. പക്ഷെ ദാമിനി ഒരു സന്ധിക്കും ഒരുക്കമായിരുന്നില്ല. ഗുരുജി ഒരിക്കൽ പുഞ്ചിരിയോടെ പറഞ്ഞു: “ഭഗവാൻ വേട്ടക്കു പുറപ്പെട്ടിരിക്കുകയാണ്. മാൻ കുട്ടി പായുന്നത് അതിനെ പിന്തുടരാനുള്ള ഹരം നൽകുന്നു. ഒടുവിൽ അവൾ കീഴടങ്ങും.”

ഞങ്ങളിപ്പോൾ ദാമിനിയെ ശ്രദ്ധിക്കുന്നുണ്ടായിരുന്നു. പല കാര്യങ്ങളിലും അവളുടെ അഭാവം ഞങ്ങളെ ചിന്തിപ്പിച്ചിരുന്നു. ഗുരുജി അത്

അവളുടെ അഹന്തയുടെ തെളിവായെടുത്തു. അദ്ദേഹത്തിന്റെ അഭിമാനത്തെ അതു ക്ഷതമേൽപ്പിച്ചിരുന്നു. എനിക്കാണെങ്കിൽ–അതിവിടെ പ്രസക്തമല്ലല്ലോ.

ഗുരുജി ഒരു ദിവസം വളരെ സൗമ്യമായി അവളോടന്വേഷിച്ചു:

“ദാമിനി, ഇന്നു വൈകുന്നേരം നിനക്കു സമയമുണ്ടോ...നീ...”

“ഇല്ല” അവൾ പെട്ടെന്നു പറഞ്ഞു. “ഇല്ലേ, എന്താ?”

“അയൽ വീട്ടിൽ മധുരപലഹാരമുണ്ടാക്കാൻ പോകണം”

“പലഹാരമോ, എന്തിന്?”

“നാന്ദി വീട്ടിൽ കല്യാണമാണ്”

“അതിനു നീ വേണോ?”

“ഞാൻ വേണം. ഞാൻ സമ്മതിച്ചിരിക്കുകയാണ്”

ഒരു വാക്ക് അധികം പറയാതെ പൊടുന്നനെ ദാമിനി ഇറങ്ങിപ്പോയി. അതുകാണുകയായിരുന്ന സചിസ് സ്തബ്ധനായി. പണ്ഡിതന്മാരും ബുദ്ധിജീവികളും വ്യവസായികളും ഉദ്യോഗസ്ഥപ്രമുഖരുമെല്ലാം തല കുനിച്ചു നിൽക്കുന്ന ഗുരുവിന്റെ മുമ്പിൽ ഒരു പെണ്ണിന്റെ ധിക്കാരം നോക്കണേ”

രണ്ട്

ഒരു വൈകുന്നേരം ദാമിനി വീട്ടിലുള്ളപ്പോൾ ഗുരുജി വളരെ ഭക്തിപ്രദമായ പ്രഭാഷണം തുടങ്ങി. ഞങ്ങളുടെ എന്തോ ഒരു ശൂന്യത അദ്ദേഹം ദർശിക്കുന്നുണ്ടെന്നു തോന്നി. അങ്ങോട്ടുനോക്കിയപ്പോൾ ഷർട്ടിൽ ബട്ടൺ പിടിപ്പിക്കുന്ന ദാമിനിയെ കാണാനില്ല. അവൾ പോയതാണ് ഞങ്ങളുടെ ശ്രദ്ധതിരിയാൻ കാരണമെന്ന് അദ്ദേഹം മനസ്സിലാക്കി. അവൾ തന്നെ അവഗണിക്കുന്നുണ്ടെന്നുള്ളത് ഉടുക്കുപോലെ അദ്ദേഹത്തിന്റെ തലക്കുള്ളിൽ കൊട്ടിക്കൊണ്ടിരുന്നു. പറയാനാരംഭിച്ച വിഷയത്തിന്റെ ചരടുപൊട്ടിപ്പോയതിനാൽ അദ്ദേഹം പ്രഭാഷണം നിർത്തി. നേരെനേരെ അവളുടെ മുറിയിലേക്കു ചെന്നു ചോദിച്ചു:

“നീ ഒറ്റക്കിവിടെ എന്തു ചെയ്യുന്നു, ദാമിനി? നീ ഞങ്ങളുടെ അടുത്തേക്കു വരുന്നില്ലേ?”

“ഇല്ല”അവൾ പറഞ്ഞു, “ഞാൻ വളരെ തെരക്കിലാണ്”

ഗുരുജി നോക്കിയപ്പോൾ അവിടെ ഒരു കൂട്ടിനുള്ളിൽ ഒരു പരുന്തിനെ കണ്ടു. അതു രണ്ടുനാൾ മുമ്പ് ടെലിഗ്രാഫ് വയറിൽ കുടുങ്ങി നിലത്തു വീണതായിരുന്നു. ദാമിനി അതിനെ കുറെ കാക്കകൾക്കിടയിൽ നിന്നു

രക്ഷിച്ച് ശുശ്രൂഷിക്കുകയാണ്.

പരുന്തിനെ മാത്രമല്ല ഒരു പട്ടിക്കുട്ടിയേയും വളർത്തുന്നുണ്ടവൾ. അതിന്റെ വർഗ്ഗസ്വഭാവം അത് ശരിക്കും പ്രകടിപ്പിച്ചു തുടങ്ങി. കീർത്തനത്തിന് അകമ്പടിയായി ഇലത്താളം കൊട്ടുതുടങ്ങുമ്പോൾ പട്ടി ആകാശത്തേക്കു മുഖമുയർത്തി അതിന്റെ സൃഷ്ടാവിനോടു പരാതി മോങ്ങിത്തുടങ്ങും. സൃഷ്ടാവ് അത് കേൾക്കാറില്ലെങ്കിലും കേട്ടുകൊണ്ടിരുന്ന ഞങ്ങൾക്ക് അത് അസഹ്യമായിത്തീർന്നു.

ഒരു പൊട്ടക്കലത്തിൽ വളർത്തുന്ന പൂച്ചെടിയെ ശുശ്രൂഷിച്ചുകൊണ്ട് ഒരു ദിവസം അവൾ നിൽക്കുമ്പോൾ സചിസ് അരികിൽ ചെന്നു ചോദിച്ചു:

"നിങ്ങളെന്താണ് അവിടെ പോകുന്നത് നിർത്തിക്കളഞ്ഞത്?"

"എവിടെ പോകുന്നത്?"

"ഗുരുജിയുടെ അടുത്ത്."

"ഞാൻ അവിടെ വരുന്നതുകൊണ്ട് നിങ്ങൾക്കെന്താ പ്രയോജനം?"

"ഞങ്ങൾക്കില്ല. പക്ഷെ നിങ്ങൾക്കുണ്ടാവും"

ദാമിനിയുടെ മുഖം ചുവന്നു.

"ഒന്നുമില്ല.ഒന്നുമില്ല." അവൾ പറഞ്ഞു.

സചിസിനു വിസ്മയമായി.

"നിങ്ങൾക്കു നിങ്ങളുടെ മനസ്സമാധാനം നഷ്ടമായെന്നു തോന്നുന്നു. സമാധാനം വേണമെങ്കിൽ..."

"നിങ്ങളാണോ എനിക്കു സമാധാനം തരുന്നവർ? രാവും പകലും ആടിയും പാടിയും ഭ്രാന്തിളക്കുന്ന നിങ്ങൾ? നിങ്ങൾക്കെവിടെ സമാധാനം? ശാന്തി? എന്നെ തനിയെ വിട്ടേക്കു. ഞാൻ സമാധാനത്തിലായിരുന്നു, ഇനിയും സമാധാനത്തോടെ ഇരുന്നുകൊള്ളാം.'

സചിസ് പറഞ്ഞു: "നിങ്ങൾ കാണുന്നതു പുറമെയുള്ള തിരകൾ മാത്രമാണ്. ഉള്ളിലേക്കിറങ്ങിച്ചെന്നാലേ അടിയുള്ള ശാന്തത കാണാൻ കഴിയൂ..."

ദാമിനി കൈകൂപ്പിക്കൊണ്ടു പറഞ്ഞു:

"ഞാൻ നിങ്ങളോടു പ്രാർത്ഥിക്കുകയാണ്, ഇനി അങ്ങോട്ടു കൂടുതൽ പോവാൻ നിങ്ങൾ എന്നോട് ആവശ്യപ്പെടരുത്. നിങ്ങൾ എന്നെ ഒഴിവാക്കിയാൽ ഞാൻ രക്ഷപ്പെട്ടേക്കും. "

മൂന്ന്

സ്ത്രീ ഹൃദയത്തിന്റെ രഹസ്യങ്ങളിൽ എനിക്കു പരിചയക്കുറവുണ്ടാ

യിരുന്നു. കാര്യങ്ങളെ പുറത്തുനിന്നു നോക്കി പഠിക്കുമ്പോൾ എനിക്കു തോന്നിയിട്ടുള്ളത് ദുഃഖമുണ്ടാവുമ്പോഴാണ് ഒരു സ്ത്രീ അവളുടെ ഹൃദയം നൽകാൻ തയ്യാറാവുന്നത് എന്നാണ്. അവൾ സ്നേഹപുഷ്പങ്ങൾകൊണ്ട് പൂമാല കൊരുത്തുണ്ടാക്കുന്നത് കാമത്തിന്റെ ചളിക്കുണ്ടിൽ അതു വലിച്ചെറിയുന്ന ഒരു മൃഗത്തിനുവേണ്ടിയാവുന്നു. അല്ലെങ്കിൽ അവൾ മോഹിക്കുന്നത് അവൾക്കൊരിക്കലും സമീപത്തെത്താൻ കഴിയാത്ത ഒരാളെ ആയിരിക്കും. ഉയരങ്ങളിലേക്കു ചിന്തകളെ നയിച്ചു സ്വയം ശുദ്ധീകരിക്കപ്പെട്ട ഒരാൾ...

സ്വയം ഒരു തിരഞ്ഞെടുപ്പിനു തുനിഞ്ഞാൽ ഒരു സ്ത്രീ വേണ്ടെന്നു വെക്കുന്നത് എന്നെപ്പോലുള്ള ഇത്തരക്കാരേ ആയിരിക്കും. പെണ്ണിനെ പെണ്ണായിത്തന്നെ കാണുന്നവർ. അവളെ കളിമണ്ണുകൊണ്ടുണ്ടാക്കിയ കഥാപാത്രമായോ വീണാനാദം പോലെ ശുദ്ധസ്വരമായോ കാണാൻ വിസമ്മതിക്കുന്നവർ. അവൾ ഞങ്ങളെ നിരാകരിക്കുന്നതിനു കാരണം ഞങ്ങൾക്ക് വർദ്ധിച്ച കാമത്തിന്റെ തീവ്രതയോ സ്വപ്നങ്ങളിൽ ലയിക്കുന്ന ശാന്തതയോ ഇല്ലാത്തതാകുന്നു. നിഷ്ഠൂരകാമത്താൽ അവളെ പിണർക്കാനോ തങ്ങളെ വ്യക്തിത്വത്തിൽ അവളെ അലിയിക്കാനോ ഞങ്ങൾക്കു കഴിവില്ല. അവരെന്താണെന്നു ഞങ്ങൾക്കറിയാം. അതിനാൽ അവർ ഞങ്ങളെ ഇഷ്ടപ്പെടുന്നു. പക്ഷെ അവർക്കു ഞങ്ങളെ സ്നേഹിക്കാൻകഴിയില്ല.

ഞങ്ങൾ അവരുടെ അഭയമാകുന്നു. ഞങ്ങളുടെ മാനസികസ്ഥിരതയിൽ അവർക്കു വിശ്വാസമുണ്ട്. ഞങ്ങൾ അവർക്കു എന്തും ചെയ്തു കൊടുക്കുവാൻ തുനിയുന്നവരാണ്. എന്നാലും അവർ ഞങ്ങളെ അവഗണിക്കുന്നു. ഞങ്ങളുടെ വില അംഗീകരിക്കുന്നില്ല. ഞങ്ങൾ എന്ത് ഉപകാരം ചെയ്താലും അവരിൽ നിന്ന് തിരിച്ചൊന്നും പ്രതീക്ഷിക്കേണ്ടതില്ല. എന്നാൽ അവർക്കാവശ്യമുള്ളപ്പോഴെല്ലാം അവർ ഞങ്ങളെ ഉപയോഗിക്കുകയും ചെയ്യും.

അവർ ഞങ്ങളെ ബഹുമാനിക്കുന്നുണ്ടാവാം. എന്തോ എനിക്കറിയില്ല. ചിലപ്പോൾ എന്റെ ഊഹങ്ങൾ തെറ്റായിരിക്കാം. മറിച്ചൊന്നും കിട്ടാതിരിക്കുന്നതാണ് ഒരു പ്രകാരത്തിൽ ഞങ്ങളുടെ വിജയം.

ദാമിനി ഗുരുവിന്റെ അടുത്തുപോകുന്നതു നിർത്തി. അവൾക്കു മുഷിഞ്ഞിരിക്കാം. അവൾ സചിസിനെ ഒഴിവാക്കിയിരുന്നു, അവൾക്കെന്തോ അയാളോട് എതിർപ്പുണ്ടായിരുന്നു. എന്നോടു മാത്രമായിരുന്നു അവൾക്ക് സ്നേഹമോ എതിർപ്പോ ഇല്ലാതിരുന്നത്. അതുകൊണ്ട് അവളുടെ പഴ

യതും പുതിയതുമായ കാര്യങ്ങൾ എന്നെ എപ്പോൾ കണ്ടാലും പറഞ്ഞുകൊണ്ടിരിക്കും. അയൽക്കാരെക്കുറിച്ചും അവിടെയുള്ള സംഭവങ്ങളെക്കുറിച്ചും സംസാരിക്കും. ഞങ്ങളുടെ മുറികൾക്ക് മുമ്പിലുള്ള ടെറസിലിരുന്ന് അടക്ക നുറുക്കികൊണ്ടാണു സംസാരം.

ഈ ചെറിയ കാര്യങ്ങൾ സചിസിന്റെ സ്വപ്നം മറിയുന്ന കണ്ണുകളിൽ എപ്പോഴെങ്കിലും പെടുമെന്നു ഞാൻ കരുതിയില്ല. അയാൾ അതിനെ ചെറുതായികാണുന്നില്ലായിരിക്കും. അങ്ങനെ എനിക്കു തോന്നിയത് അയാളുടെ സ്വഭാവം കണ്ടാണ്. അയാളുടെ ലോകത്തിൽ മായ എന്ന പ്രപഞ്ച പ്രതിഭാസം അതിന്റെ അവസാനമില്ലാത്ത കളി തുടങ്ങുകയായിരുന്നു. യമുനാതീരങ്ങളിലെ ശാശ്വതമായ മുരളീഗാനം കേൾക്കുന്നവർക്ക് ലൗകികമായ എന്തെങ്കിലും കാണാനോ കേൾക്കാനോ എങ്ങനെ കഴിയും? ഞങ്ങൾ ഗുഹാവാസം കഴിഞ്ഞ് വന്നതിനുശേഷം സചിസിന്റെ കണ്ണും ചെവിയും നന്നായി പ്രവർത്തിക്കുന്നുണ്ടായിരുന്നില്ല. ഞാനും ആത്മീയതയിൽനിന്നും മെല്ലെമെല്ലെ അകലാൻ തുടങ്ങി. ദിവ്യപ്രേമത്തെക്കുറിച്ചുള്ള ഗുരുവിന്റെ പ്രഭാഷണങ്ങളിൽനിന്ന് ഞാൻ മുങ്ങാറുണ്ടായിരുന്നു. സചിസ് അതു ശ്രദ്ധിച്ചിരുന്നു. ഒരുനാൾ ദാമിനിയുടെ കീരിക്കുഞ്ഞിനു ഞാൻ പാൽ കൊടുത്തുകൊണ്ടിരിക്കുമ്പോൾ സചിസ് എന്നെ പിടികൂടി. പാൽക്കാരനിൽനിന്നു പാൽ വാങ്ങാൻ വേണ്ടിയാണ് ഞാൻ ഇറങ്ങിയതെന്നുപറഞ്ഞത് അയാൾക്കു വിശ്വാസമായില്ല. കീരിക്കുപാലുകൊടുക്കണമെന്നുണ്ടെങ്കിൽ ഭജനം കഴിഞ്ഞ് അത് ചെയ്യാമായിരുന്നു. ഗുരുവിന്റെ പ്രഭാഷണം കഴിയുന്നതുവരെ കാത്തിരിക്കാമായിരുന്നു. കുടിപ്പിക്കാൻ നിൽക്കാതെ പാലു കീരിയുടെ മുമ്പിൽ വച്ചുകൊടുത്താൽ അതു താനേ കുടിച്ചുകൊള്ളും. അങ്ങനെ ചെയ്യുന്നതുകൊണ്ട് എന്റെ മൃഗസ്നേഹത്തിനു കുറവൊന്നും വരുന്നില്ല. സചിസ് എന്നെ കണ്ടെത്തിയത് എനിക്കു വിഷമമുണ്ടാക്കി. ഞാൻ പാൽപാത്രം അവിടെവെച്ചിട്ട് പോകാൻ തുടങ്ങുമ്പോൾ ദാമിനി എന്നെ പിടച്ചു നിർത്തി.

"നിങ്ങൾ എവിടെ പോകുന്നു ശ്രീബിലാസ് ബാബു?"

ഞാൻ വെറുതെ തല ചൊറിഞ്ഞു.

"എനിക്ക്..."

"നിങ്ങൾ ഇനി പോകേണ്ടാ. അവരിപ്പോൾ അവരുടെ പാട്ടുനിർത്തിയിട്ടുണ്ടാവും."

സചിസിന്റെ സാന്നിദ്ധ്യത്തിൽ ദാമിനി അങ്ങനെ പറഞ്ഞപ്പോൾ എനിക്കു വല്ലാതെ തോന്നി.

“ഈ കീരി എന്നെ കുഴപ്പത്തിലാക്കിയിരിക്കുകയാണ്,”അവൾ പറഞ്ഞു,” ഇന്നലെ രാത്രി അയലത്തെ ഒരു മുസ്ലീമിന്റെ കോഴിക്കുഞ്ഞിനെ പിടിച്ചുകളഞ്ഞു.” ഞാനിപ്പോൾ അതിനെ തുറന്നു വിടാറില്ല.’

അവൾ സചിസിനെ നോക്കിക്കൊണ്ടു തുടർന്നു.

“കീരിക്ക് ഒരു കൂടു വാങ്ങിക്കൊണ്ടുവരാൻ ഞാൻ ശ്രീബിലാസ്ബാബുവിനെ ഏർപ്പാടാക്കിയിട്ടുണ്ട്.”

കീരിയെ സംരക്ഷിക്കാൻ ശ്രീബിലാസ് ബാബുവിന്റെ സഹായം തേടിയകാര്യം വളരെ ഉത്സാഹത്തോടെയാണ് ദാമിനി പറഞ്ഞത്. അന്നേരം ഞാനോർത്തത് പണ്ട് എന്റെ സാന്നിദ്ധ്യത്തിൽ സചിസിനോടു പുകയില നുറുക്കാൻ സ്വാമിജി പറഞ്ഞതായിരുന്നു. രണ്ടുകാര്യങ്ങളും എനിക്ക് ഒരുപോലെ തോന്നി. ഒരക്ഷരവും മിണ്ടാതെ സചിസ് പോയപ്പോൾ ദാമിനിയുടെ കണ്ണുകളിൽ അയാളോടുള്ള രോഷം ഞാൻ കണ്ടു. അല്പം ക്രൂരമായ മട്ടിൽ സ്വയം ചിരിക്കുന്നുണ്ടായിരുന്നു അവൾ.

അവളുടെ മനസ്സിൽ എന്താണെന്ന് മറ്റാർക്കും അറിയാൻ കഴിയുമായിരുന്നില്ല. എനിക്കും. എന്നാൽ എന്നെ അവൾ എന്തെങ്കിലും കാരണമുണ്ടാക്കി ഇടക്കിടെ വിളിച്ചുകൊണ്ടിരിക്കും. മധുരപലഹാരങ്ങളുണ്ടാക്കി എനിക്കു തരികയും അവ കഴിക്കാൻ എന്നെ നിർബന്ധിക്കുകയും ചെയ്യും.

സചിസ് ദാക്കു കൊടുക്കേണ്ടേ എന്നു ഞാൻ അവളോടു ചോദിച്ചാൽ അവൾ പറയും:

“നമ്മുടെ ഇടയിലേക്ക് അയാളെ വലിച്ചുകൊണ്ടുവരുന്നത് അയാൾക്കു ശല്യമായിരിക്കും.”

ഈ മധുരം കഴിക്കുന്നതിനിടയിൽ സചിസ് എന്നെ പിടികൂടിയിട്ടുണ്ട്. ഞങ്ങൾ മൂന്നുപേർക്കിടയിൽ ഏറെ വിഷമിച്ചതു ഞാനാകുന്നു. ഈ നാടകത്തിലെ രണ്ടു കഥാപാത്രങ്ങൾക്കും അവരുടെ സ്വന്തം കാര്യം മാത്രമേയുള്ളു. അവർക്കുവേണ്ടി ഞാൻ പലതും ചെയ്യണം. ഞാൻ ചെറുതായിപ്പോകുന്നു. അതെന്റെ നിയോഗമാകാം. ആ നിയോഗം എന്നെ ക്ഷോഭിപ്പിച്ചിട്ടുണ്ട്. എന്നാലും ജീവിതത്തിന്റെ കൊച്ചു കൊച്ചു ദയാവായ്പുകൾ എനിക്കു നിരസിക്കാൻ കഴിഞ്ഞിരുന്നില്ല. അങ്ങനെയൊരു വിഷമാവസ്ഥയിലായിരുന്നു ഞാൻ.

നാല്

സചിസ് വീണ്ടും കൂടുതൽ ആവേശത്തിൽ കീർത്തനങ്ങൾ പാടാനും

ഇലത്താളമടിക്കാനും തുടങ്ങി. ഒരു ദിവസം അയാൾ എന്നോടു പറഞ്ഞു:"നമുക്കിനിയും ദാമിനിയെ നമുക്കിടയിൽ നിർത്താനാവില്ല."

"എന്തുകൊണ്ട്?" ഞാൻ ചോദിച്ചു. അയാൾ പറഞ്ഞു: "പ്രകൃതിയുമായുള്ള എല്ലാ സമ്പർക്കളും നമ്മൾ ഉപേക്ഷിക്കണം."

"എങ്കിൽ നമ്മുടെ ആത്മീയശിക്ഷണത്തിനു എന്തോ ഭയങ്കര തകരാറു സംഭവിച്ചിട്ടുണ്ട്."

സചിസ് കണ്ണുകൾ മുഴുക്കെത്തുറന്ന് എന്നെ നോക്കി.

ഞാൻ പറഞ്ഞു: "പ്രകൃതിയെന്നു നിങ്ങൾ വിളിക്കുന്നതെല്ലാം സൃഷ്ടിക്കപ്പെട്ട ലോകത്തിന്റെ ഭാഗമാണ്. നിങ്ങൾ അതു വേണ്ടെന്നുവച്ചാലും അതു നിലനിൽക്കുകതന്നെ ചെയ്യും. അതിനു നിലനിൽപ്പില്ലെന്നു കരുതി അതിരുകടന്ന ആത്മീയതയുമായി മുമ്പോട്ടു പോയാൽ നിങ്ങൾ സ്വയം വഞ്ചിക്കുകയാണു ചെയ്യുക. അങ്ങനെ സംഭവിച്ചാൽ നിങ്ങൾക്കു തിരിയാനൊരിടമില്ലാതെ വരും'

"മതി വേദാന്തം,' സചിസ് പറഞ്ഞു,' ഞാനിപ്പോൾ സംസാരിക്കുന്നത് പ്രായോഗികരാഷ്ട്രീയമാണ്. സ്ത്രീ പ്രകൃതിയുടെ ചാരപ്പണിചെയ്യുന്നന്നവളാകുന്നു. പ്രകൃതിയുടെ സമ്മർദ്ദത്താൽ അവൾ നമ്മളെ വശീകരിച്ചു വഞ്ചിക്കുന്നു. അവളുടെ സുബോധത്തെ തടങ്കലിലാക്കിയാലേ അവൾക്ക് അവളുടെ യജമാനത്തിയെ സേവിക്കാൻ കഴിയൂ. അതിനാൽ നമുക്കു നമ്മുടെ മനസ്സിനെ ബന്ധമുക്തമാക്കണമെങ്കിൽ പ്രകൃതിയുടെ ഈ പ്രതിനിധിയെ അകറ്റി നിർത്തിയേ മതിയാകൂ."

ഞാൻ എന്തോ പറയാൻ തുടങ്ങിയപ്പോൾ സചിസ് തടഞ്ഞുകൊണ്ടു പറഞ്ഞു:

"ഇവിടെ നോക്ക് ബിസ്രി, നിങ്ങൾക്കു പ്രകൃതിയുടെ ചതി മനസ്സിലാക്കാൻ കഴിനില്ല.കാരണം നിങ്ങൾ അതിന്റെ പിടിയിലാണ്. പ്രകൃതി അതിന്റെ ആവശ്യം നിർവ്വഹിച്ചു കഴിഞ്ഞാൽ നിങ്ങളെ വഞ്ചിച്ച അതിന്റെ സൗന്ദര്യത്തിന്റെ മുഖംമൂടി എടുത്തുമാറ്റും. അത്രയുമായാൽ മറ്റേതിനേക്കാളും നിങ്ങളെ കൊതിപ്പിച്ച ആ സൗന്ദര്യവസ്തുവിലുള്ള മോഹം മുറിച്ചു കളയും പ്രകൃതി. ആ സത്യത്തിന്റെ കെണി ഒരുക്കിവെച്ചിരിക്കുന്നതിനെ സ്വീകരിക്കുന്നതിലെന്താണർത്ഥം?"

"ശരി തന്നെ," ഞാൻ പറഞ്ഞു: "സുഹൃത്തെ, എല്ലാം കീഴടക്കുന്ന കെണി ഞാൻ എന്റെ കൈകൊണ്ടു ചെയ്തതല്ല. അതിനെ എങ്ങനെ ഒഴിവാക്കണമെന്ന് എനിക്കറിഞ്ഞുകൂടാ"പ്രകൃതിയെ ഒഴിവാക്കാൻ വയ്യാത്തതുകൊണ്ട് അതിനെ അംഗീകരിക്കുകയും അതിനുപരിയായി ഉയരു

കയുമാണ് ആത്മവിദ്യകൊണ്ടുചെയ്യേണ്ടത്. നിങ്ങൾ എന്തുപറഞ്ഞാലും ആ വഴിയല്ല നമ്മൾ ഇപ്പോൾ പോകുന്നത് നമ്മൾ ഉരുണ്ടു കളിക്കുകയാണ്. സത്യത്തെ പിളർക്കുകയും പകുതിയാക്കി കുറയ്ക്കുകയും ചെയ്യുന്നു. ”

“അങ്ങനെയാണെങ്കിൽ ആത്മവിദ്യയെക്കുറിച്ചുള്ള നിങ്ങളുടെ അഭിപ്രായം എന്താണെന്നു കൃത്യമായി പറയുക കേൾക്കട്ടെ.”

ഞാൻ പറഞ്ഞു:“പ്രകൃതിയുടെ ഒഴുക്കിനെതിരെ നമ്മുടെ ജീവിത നൗക നമുക്കു നേരെ കൊണ്ടുപോകണം. നമ്മുടെ പ്രശ്നം നദിയെ മറികടക്കുന്നതല്ല, മുങ്ങാതെ എങ്ങനെ മുന്നോട്ടുപോകും എന്നുള്ളതാണ്. നമുക്കുവേണ്ടത് ഒരു പങ്കായമാണ്.”

സചിസ് പറഞ്ഞു:“നിങ്ങൾ ഗുരുവിനെ അംഗീകരിക്കുന്നില്ല. ഗുരുവിനെ അംഗീകരിച്ചാൽ ഗുരുവാണ് ശരിയായ പങ്കായമെന്നു നിങ്ങൾക്കു മനസ്സിലാകും. നിങ്ങൾ നിങ്ങളുടെ ഇഷ്ടത്തിനു നടക്കാനായി ആത്മീയതയുടെ വഴിയിൽ നിന്നു വ്യതിചലിച്ചു. അതൊരിക്കൽ നിങ്ങളുടെ മരണമായിത്തീരും.”

അത്രയും പറഞ്ഞിട്ടു സചിസ് ഗുരുവിന്റെ മുറിയിൽ ചെന്ന് ഗുരുവിന്റെ കാലു തടവാൻ തുടങ്ങി. പിന്നെ പുകയില നിറച്ചുകൊണ്ട് പ്രകൃതിക്കെതിരെ പരാതി തുടർന്നു.

ഒരു ദിവസത്തെ പുകവലിയിലും ചർച്ചയിലും അതവസാനിച്ചില്ല. ഗുരു പല ദിവസങ്ങളും ഒത്തിരി മണിക്കൂറുകളും ഗൗരവതരമായ ചിന്തയിൽ മുഴുകി. ദാമിനി അദ്ദേഹത്തിനു സ്വൈര്യം നൽകിയിരുന്നില്ല. ആത്മീയത്തിന്റെ ശാന്തമായ ജലാശയത്തെ കലക്കിയത് അവളാകുന്നു. പക്ഷെ ശിവതോഷ് സ്വത്തിനോടൊപ്പം അവളെയും തന്റെ സംരക്ഷണയിൽ നൽകിയതിനാൽ അവളെ എങ്ങോട്ടു പറഞ്ഞയക്കണമെന്ന് അറിയില്ല. അവൾ ഗുരുവിന് ഒരു ശല്യമായിത്തുടരുകയായിരുന്നു.

എന്നാൽ സചിസ് അനുദിനം തന്റെ ഭക്തി വർദ്ധിപ്പിച്ചുകൊണ്ടിരുന്നു. പക്ഷെ ഗുരുവിന്റെ കാലു തടവിയിട്ടും പുകയില നിറച്ചുകൊടുത്തിട്ടും ആഗ്രഹിച്ചതുപോലെ മുമ്പോട്ടുപോകാൻ കഴിഞ്ഞില്ല. അയാളുടെ ആത്മീയ പുരോഗതിക്കു പ്രകൃതി വിഘ്ലാതം സൃഷ്ടിക്കുന്നുവെന്ന ചിന്ത അയാളെ അലട്ടിക്കൊണ്ടിരുന്നു.

ഒരു വൈകുന്നേരം ഒരു ഭജനസമിതിക്കാർ ഗ്രാമത്തിലെ ഗോവിന്ദ രാജി ക്ഷേത്രത്തിൽ ഭജനക്കുവന്നു. രാത്രിയിലും ഭജനം തുടർന്നുകൊണ്ടിരുന്നു. അതിനിടയിൽ നിന്ന് ഞാൻ മെല്ലെ പുറത്തിറങ്ങി. എന്റെ

അഭാവം ആരും ശ്രദ്ധിക്കുന്നില്ലെന്നു ഞാൻ കരുതി.

ആ സായാഹ്നത്തിൽ ദാമിനി എന്റെ മുമ്പിൽ അവളുടെ ഹൃദയം തുറന്നു. ആർക്കും അറിയാൻ കഴിയാത്ത കാര്യങ്ങളാണു അവൾ പറഞ്ഞത്. ലളിതവും സുന്ദരവുമായ രീതിയിലാണ് അവൾ അത് സംസാരിച്ചത്. അവളുടെ ഹൃദയത്തിന്റെ ഇരുണ്ട അറകൾ ഞാൻ അങ്ങനെ തുറന്നു കണ്ടു. അവൾ സ്വയം ഒരു പുനഃപരിശോധനനടത്തുകയാണെന്ന് എനിക്കുതോന്നി.

സചിസ് പുറകിൽ വന്നു നിന്നതു ഞങ്ങൾ കണ്ടില്ല. പറഞ്ഞത് അത്ര കടുപ്പമുള്ള കാര്യമല്ലെങ്കിലും അതു പറയുമ്പോൾ ദാമിനി കരയുകയായിരുന്നു. അയാൾ ഇറങ്ങിവരാൻ കാരണം അയാളുടെ ഉള്ളിൽ നിന്നെന്തോ അയാളെ തള്ളിവിടുന്നതാണെന്നു ഞാൻ ഊഹിച്ചു. പ്രതീക്ഷിക്കാതെ കണ്ടുപിടിക്കപ്പെട്ടപ്പോൾ ദാമിനി വേഗം കണ്ണീരു തുടച്ചു. അവൾ വേഗം അകത്തേക്കു പോകാൻ തുടങ്ങിയപ്പോൾ വിറയ്ക്കുന്ന ശബ്ദത്തിൽ സചിസ് പറഞ്ഞു:

"നിൽക്കൂ ദാമിനി, എനിക്കു നിന്നോടു ചിലതു പറയാനുണ്ട്."

ദാമിനി അതു കേട്ടു ശാന്തയായി അവിടെ ഇരുന്നു. ഞാൻ പോകാനൊരുമ്പെട്ടപ്പോൾ അവൾ വിലക്കുന്ന മട്ടിൽ നോക്കി. ഞാൻ പോയില്ല.

സചിസ് പറഞ്ഞു:

"ഞങ്ങൾ പോകുന്നതുപോലെ ഗുരുജി വിളിക്കുമ്പോൾ നീ പോകുന്നില്ല..."

"പോകുന്നില്ല, ശരിതന്നെ" അവൾ പറഞ്ഞു.

"പിന്നെ എന്തിനാണ് നീ ഭക്തരോടൊപ്പം നിൽക്കുന്നത്...."

ദാമിനിയുടെ കണ്ണുകൾ തിളങ്ങി. അവൾ പറഞ്ഞു:

"ഞാൻ എങ്ങനെ ഇവിടെ വന്നു? എന്റെ ഇഷ്ടപ്രകാരം വന്നതാണോ? ഭക്തയല്ലാത്ത എന്റെ കാലിൽ ചങ്ങലമുറുക്കി ഭക്തിയുടെ ഈ തടവറയിൽ തളച്ചിടുകയായിരുന്നില്ലേ, നിങ്ങൾ? എനിക്കു രക്ഷപ്പെടാൻ ഒരു വഴി നിങ്ങൾ കാണിച്ചുതന്നോ? സചിസ് പറഞ്ഞു: "നിങ്ങൾ ഒരു ബന്ധുവിന്റെ അടുത്തു പോവുക. നിങ്ങളുടെ എല്ലാചെലവുകളും വഹിക്കാൻ ഞങ്ങൾ തീരുമാനിച്ചിട്ടുണ്ട്."

"നിങ്ങൾ തീരുമാനിച്ചോ?"

"അതെ"

"എന്നാൽ ഞാൻ തീരുമാനിച്ചില്ല."

"എങ്കിൽ നിങ്ങളെ ഞങ്ങൾ എങ്ങനെ ഒഴിവാക്കും?"

നിങ്ങളിൽ ചിലർ നിങ്ങളുടെ സൗകര്യത്തിനുവേണ്ടി ഓരോന്നു തീരുമാനിക്കുന്നു. ഞാൻ നിങ്ങൾക്കൊരു പണയവസ്തുവാണോ?

സചിസ് വിസ്മയത്തോടെ കണ്ണുതുറിച്ചു.

ദാമിനി തുടർന്നു:"നിങ്ങളുടെ അടുത്ത് എന്റെ ഇഷ്ടത്തിനു വന്നവളല്ല ഞാൻ. നിങ്ങളെന്നെ ഇഷ്ടപ്പെടുമെന്നുവച്ചു വന്നതുമല്ല. നിങ്ങൾക്കെന്നെ ഇഷ്ടമല്ലെന്നു വെച്ചു അങ്ങനെ പോവുകയുമില്ല." അവൾ സാരിത്തുമ്പുകൊണ്ട് മുഖം പൊത്തി ഏങ്ങലടിച്ചു കരഞ്ഞു. അനന്തരം മുറിയിൽ കയറി വാതിലടച്ചു.

സചിസ് അന്നു ഭജന കേൾക്കാൻ പോയില്ല. അയാൾ വീടിന്റെ ടെറസ്സിൽ ശാന്തമായിരുന്നു. തെക്കൻ കാറ്റടിക്കുന്ന ആ സായാഹ്നത്തിൽ സമുദ്രനാദം ഭൂമിയുടെ നെഞ്ചിലെ കരച്ചിൽ പോലെ നക്ഷത്രങ്ങളിലേക്കുയർന്നുകൊണ്ടിരുന്നു. ഞാൻ ആരോടും ഒന്നും പറയാതെ ഇരുട്ടത്തിറങ്ങി ഗ്രാമവഴികളിലൂടെ നടന്നു.

ആറ്

ഗുരുജി ഞങ്ങളെ നയിച്ചു കൊണ്ടിരിക്കുന്ന ആത്മീയതയുടെ സ്വർഗ്ഗം തകർക്കാൻ ലൗകികമായ ലോകം അതിന്റെ ചരടുകൾ മുറുക്കുകയായിരുന്നു. ഇത്രനാളും അദ്ദേഹം പ്രതിരൂപത്തിന്റെ പാത്രത്തിൽ നിർവൃതിയുടെ മുന്തിരിച്ചാർ നിറച്ചു തന്നു. ഇപ്പോൾ ആ പാത്രം കുപ്പയിൽ വീഴാൻ പോകുന്നു. യഥാർത്ഥമായതിനോടു വെറും പ്രതിരൂപമായതു സംഘർഷത്തിലാണിപ്പോൾ. അങ്ങനെ സംഭവിക്കാൻ പോകുന്ന ഒരു ദുരന്തം ഞങ്ങൾക്ക് ഒഴിവാക്കാൻ കഴിഞ്ഞില്ല.

സചിസ് നല്ല ബുദ്ധിയിലല്ല ഈ ദിവസങ്ങളിൽ പ്രവർത്തിച്ചിരുന്നത്. ചരടുപൊട്ടിയ ഒരു പട്ടംപോലെ അയാൾ പറന്നുകളിക്കുയായിരുന്നു. അയാൾ പുറമേയുള്ള സേവനങ്ങൾ നിർത്തിയില്ല. പ്രഭാഷണങ്ങളിലും പ്രാർത്ഥനകളിലും പങ്കുകൊള്ളാറുണ്ടായിരുന്നു. പക്ഷെ അകമെ ഉള്ള അഗാധമായ ദുഃഖത്തിന്റെ നിഴൽ കണ്ണുകളിൽ വീണുകിടന്നിരുന്നു.

എന്റെ കാര്യത്തിൽ ഒരു സംശയവും അവശേഷിപ്പിച്ചിരുന്നില്ല ദാമിനി. സചിസ് സംശയത്തിലാണെന്നും ഗുരുജി സംഭ്രമത്തിലാണെന്നും മനസ്സിലായപ്പോൾ അവൾ എന്നെ ചുറ്റിപ്പറ്റിനിന്നു. ഉദാഹരണത്തിനു ഞാനും ഗുരുജിയും സചിസുമായിരുന്ന് എന്തെങ്കിലും ആലോചിക്കുകയാണെങ്കിൽ അവൾ പെട്ടെന്നു വാതിലിനരികിൽ വന്നുവിളിക്കും.

"ശ്രീബിലാസ്ബാബു ഒരുമിനിട്ട് ഇങ്ങോട്ടൊന്നു വരുമോ?"

ശ്രീബിലാസ് ബാബുവിനെ എന്തിനാണ് വിളിക്കുന്നതെന്ന് അവൾഒരിക്കലും പറയാറില്ല. ഗുരുജി അതുകേൾക്കുമ്പോൾ അർത്ഥവത്തായി എന്നെ ഒന്നുനോക്കും. പോകണോ വേണ്ടയോ എന്ന സംശയത്തിലായിരിക്കും ഞാൻ. ഒരു നിമിഷം അങ്ങനെ നിന്നിട്ട് പുറത്തേക്ക് നടക്കും. ഞാൻ പോയതിനുശേഷം ഞങ്ങൾ പറഞ്ഞുകൊണ്ടിരുന്ന കാര്യങ്ങൾ തുടർന്നുസംസാരിക്കാൻ അവർ ശ്രമിക്കാറുണ്ടെങ്കിലും നടക്കാറില്ല. അങ്ങനെ അങ്ങനെ ക്രമവിരുദ്ധവും തലതിരിഞ്ഞതും തൊട്ടുതൊടാത്ത രീതിയിലുള്ളതുമായി കാര്യങ്ങൾ.

ഇന്ദ്രന്റെ സ്വർഗ്ഗീയവാഹനങ്ങളായ ആനയേയും കുതിരയേയും പോലായിരുന്നു ഗുരുജിക്കു ഞങ്ങൾ. അതിനാൽ ഞങ്ങളിലുള്ള പിടി അയയ്ക്കാൻ അദ്ദേഹം ഇഷ്ടപ്പെട്ടില്ല. അദ്ദേഹം ദാമിനിയോടു പറഞ്ഞു:

“കുഞ്ഞെ, ഞാൻ ദീർഘവും കഠിനവുമായ ഒരു യാത്രക്കൊരുങ്ങുന്നു. അതുകൊണ്ട് നീ ഇവിടെനിന്നു മാറി നിൽക്കുന്നതാണ് നല്ലത്.”

“ഞാനെവിടെപ്പോകും?”

“നിന്റെ അമ്മാവിയുടെ വീട്ടിൽ പോകാമല്ലോ”

“എനിക്കു വയ്യാ”

“അതെന്താ?”

“ഒന്നാമതായി അവർ എന്റെ നേർ അമ്മാവി അല്ല. രണ്ടാമതായി തന്നെ അവർ അവരുടെ വീട്ടിൽ താമസിപ്പിക്കേണ്ട ഒരാവശ്യവും അവർക്കില്ല.’

“നിന്റെ എല്ലാ ചെലവുകളും ഞങ്ങൾ തരുന്നതാണ്.”

“ചെലവാണോ കാര്യം? എന്നെ താമസിപ്പിക്കാൻ അവർ ബാദ്ധ്യസ്ഥയല്ല. ”

“അപ്പോൾ ഞാൻ നിന്നെ എന്നും കാത്തുസൂക്ഷിക്കുകയും സംരക്ഷിക്കുകയും വേണോ?”

“ഞാനീ ചോദ്യത്തിനു മറുപടി തരേണ്ടതുണ്ടോ? ”

“ഞാൻ മരിച്ചു കഴിഞ്ഞാൽ നീ എങ്ങോട്ടു പോകും കുഞ്ഞെ?”

“ആ തീരുമാനം എനിക്കു വിട്ടുതരാൻ ശ്രമിച്ചില്ലാരും. എനിക്കിത്രയും അറിയാം. എനിക്ക് അമ്മയില്ല, അച്ഛനില്ല, സഹോദരങ്ങളില്ല, വീടില്ല, പണമില്ല, ഒന്നുമില്ല. എന്റെ ഭാരം വലുതാണ്. ആ ഭാരം നിങ്ങൾ സ്വയം ഏറ്റെടുക്കുകയായിരുന്നു. ഇനി അതു മറ്റൊരാളുടെ ചുമലിൽ ഇറക്കിവെക്കാൻ നിങ്ങൾക്കാവില്ല.”

ദാമിനി തുടർന്നില്ല. ഒരു ദീർഘനിശ്വാസം വിട്ടുകൊണ്ട് അവൾ നടന്നുപോയി.

പതറിപ്പോയ ഗുരു നെഞ്ചത്ത് കൈവെച്ച് ദൈവത്തെ വിളിച്ചു.

വായിക്കാൻ കുറേ ബംഗാളി പുസ്തകങ്ങൾ വാങ്ങിക്കൊണ്ടുകൊടുക്കണമെന്നു ദാമിനി എന്നോടാവശ്യപ്പെട്ടു ഒരിക്കൽ. അവൾ ആവശ്യപ്പെട്ട നല്ല പുസ്തകങ്ങൾ ഭക്തിപ്രധാനമായ ഗ്രന്ഥങ്ങളായിരുന്നില്ല. സാധാരണ നോവലുകളും കഥകളും മറ്റുമായിരുന്നു അവൾക്കു വേണ്ടിയിരുന്നത്. എന്നെക്കൊണ്ട് എന്തെങ്കിലും ചെയ്യിക്കുകയാണ് എന്നെ അടുപ്പിച്ചുനിർത്താനുള്ള വഴിയെന്ന് അവൾക്കറിയാമായിരുന്നു. ഇടക്കിടെ ശാഖകൾ കോതിക്കളഞ്ഞാൽ നന്നായി വളരുന്ന വൃക്ഷത്തിന്റെ വർഗ്ഗത്തിൽപ്പെട്ടവനാണ് താനെന്ന് അവൾക്കു തോന്നിയിരിക്കാം. ആധുനികനായ ഒരു സാഹിത്യകാരന്റെ പുസ്തകങ്ങളായിരുന്നു ഞാൻ വാങ്ങിക്കൊണ്ടു വന്നത്. പുസ്തകപാക്കറ്റ് ഗുരുജിക്ക് കൊടുത്തപ്പോൾ അദ്ദേഹം മുഖം ചുളിച്ച്കൊണ്ട് അതെല്ലാം മറിച്ചു നോക്കിക്കൊണ്ടു പറഞ്ഞു:

“ഇതിലെങ്ങും പരമമായ സത്യത്തിന്റെ ഗന്ധം അനുഭവപ്പെടുന്നില്ല.”

അദ്ദേഹം അതുപറഞ്ഞപ്പോൾ എനിക്ക് ഉള്ളിൽ നരച്ചുപൊങ്ങുന്നുണ്ടായിരുന്നു. ആത്മീയതയുടെ ഉപോൽപ്പന്നമായ മന്ദത എന്നെ തളർത്തിയിരിക്കുകയായിരുന്നു.

മനുഷ്യബന്ധമില്ലാത്ത കാര്യങ്ങളിൽ മനസ്സിനെ ഇട്ടുകടഞ്ഞു കൊണ്ടിരിക്കുന്ന പ്രവൃത്തി എനിക്ക് മടുത്തു കഴിഞ്ഞിരുന്നു.

ഞാൻ പറഞ്ഞു: “അങ്ങ് അങ്ങയുടെ മനസ്സ് അതിൽ വ്യാപരിപ്പിച്ചാൽ അതിൽ പരമമായ സത്യത്തിന്റെ ഗന്ധം ആസ്വദിക്കാൻ കഴിയും.”

ഗുരുജി എന്നെ തുറിച്ചു നോക്കി.

“ശരിതന്നെ. ഞാൻ എന്റെ മനസ്സു ചെലുത്തി കണ്ടുപിടിക്കട്ടെ.”

അദ്ദേഹം ആ പുസ്തകങ്ങൾ ദാമിനിക്കു കൊടുക്കാതെ തന്റെ തലയിണക്കീഴിൽ വെച്ചു.

ദാമിനി അതറിഞ്ഞ് കതകിനടുത്ത് വന്ന് എന്നോടു ചോദിച്ചു: “ഞാൻ നിങ്ങളോട് കുറെ പുസ്തകങ്ങൾ വാങ്ങികൊണ്ടുവരാൻ പറഞ്ഞു. കൊണ്ടുവന്നോ?”

ഞാൻ മിണ്ടിയില്ല.

“എന്റെ കുഞ്ഞെ, നിനക്കുപറ്റിയ പുസ്തകങ്ങളല്ല ഇതൊന്നും.” ഗുരുജി ഇടപെട്ടു.

“അതു നിങ്ങൾക്കെങ്ങനെയറിയാം.”

ഗുരുജി നെറ്റിചുളിച്ചു.

“ഞാൻ ഈ പുസ്തകംവായിച്ചിട്ടുണ്ട്.”

"എങ്കിൽ നിങ്ങൾക്കതു വീണ്ടുമെന്തിനാ?"

ഗുരുജി ഒന്നും പറഞ്ഞില്ല. ദാമിനി തുടർന്നു: "നിങ്ങൾക്ക് നിങ്ങളുടെ ആവശ്യങ്ങൾ ഒരു വിലക്കുമില്ലാതെ നിറവേറ്റാം. പക്ഷെ എന്റെ ആവശ്യങ്ങൾ പാടില്ല. അങ്ങനെയല്ലേ?"

"ഞാൻ ലോകത്തെ നിരാകരിച്ചവനാണെന്നു നിനക്കറിയാമോ?"

"എന്നാൽ ഞാൻ ലോകത്തെ നിരാകരിച്ചിട്ടില്ല. എനിക്കാപുസ്തകങ്ങൾ വായിക്കാനിഷ്ടമാണ്. ദയവായി അതിങ്ങുതരൂ."

തലയിണക്കടിയിൽ നിന്നു പുസ്തകങ്ങളെടുത്തു ഗുരുജി എന്റെ നേരെ എറിഞ്ഞു. ഞാനതു ദാമിനിക്കുകൊടുത്തു.

ഈ സംഭവത്തിന്റെ അനന്തരഫലം സ്വയം വായിക്കാൻ കഴിവുണ്ടായിട്ടും ദാമിനി പുസ്തകം എന്നെക്കൊണ്ടു വായിപ്പിക്കുകയായിരുന്നു. വരാന്തയിൽ വന്നിരുന്ന് അവൾ എന്നെ വിളിക്കും. ഞങ്ങൾ അവിടിരുന്ന് വായിക്കും. വായിക്കുകമാത്രമല്ല രസകരമായ സംഭവങ്ങൾ ചർച്ചചെയ്യാനും ഒരുമ്പെടുമായിരുന്നു. അന്നേരം സചിസ് ഞങ്ങൾക്ക് മുമ്പിലൂടെ നടക്കുകയും വീണ്ടും നടക്കുകയും ചെയ്യും. ചർച്ചയിൽ പങ്കെടുക്കാൻ മോഹമുണ്ടെങ്കിലും വിളിക്കാതെ വരാൻ മടിയുണ്ടായിരുന്നു.

ഒരു ദിവസം എല്ലാം മറന്നിരുന്നു വായനകേൾക്കുന്നതിനിടയിൽ ഒരു പരാമർശം അവളെ പൊട്ടിച്ചിരിപ്പിച്ചു. സചിസ് ക്ഷേത്രത്തിൽ ഉത്സവത്തിനു പോയിരിക്കുന്നു എന്നായിരുന്നു ഞങ്ങൾ ധരിച്ചിരുന്നത്. ദാമിനിയുടെ ചിരിയുടെ കിലുക്കം ഉയർന്നപ്പോൾ ആ മുറിയുടെ വാതിൽത്തുറന്ന് സചിസ് ഇറങ്ങിവന്നു. അന്നയാൾ ഞങ്ങളോടൊപ്പമിരുന്നു. ദാമിനി ചിരി നിർത്തി. ഞാൻ എന്റെ പരിഭ്രമം മാറ്റാൻ സചിസുമായി സംഭാഷണത്തിനു തുനിഞ്ഞെങ്കിലും പറയാനൊരു വിഷയം പെട്ടെന്നു കിട്ടിയില്ല. ഞാൻ വെറുതെ പുസ്തകത്തിന്റെ പേജുകൾ മറിച്ചു കൊണ്ടിരുന്നു. സചിസ് വന്നതുപോലെതന്നെ മടങ്ങിപ്പോയി. അന്നു ഞാനും ദാമിനിയും പിന്നീടൊന്നും വായിക്കുകയുണ്ടായില്ല. ദാമിനിയുമായുള്ള ബന്ധത്തിൽ അയാൾ പാലിക്കുന്ന നിയന്ത്രണം എനിക്ക് അസൂയഉളവാക്കുന്നുണ്ടെന്നു സചിസിനറിഞ്ഞുകൂടാ. എന്നാൽ ഞാനും അവളുമായുള്ള ബന്ധത്തിലെ നിയന്ത്രണമില്ലായ്മകണ്ട് അയാൾ എന്നോട് അസൂയപ്പെടുന്നുണ്ടാവാം.

ആ ദിവസം സചിസ് ഗുരുജിയോടു പറഞ്ഞു:

"ഞാൻ കുറച്ചുദിവസം കടൽക്കരയിൽ പാർക്കാൻ പോകുന്നു. ഒരാഴ്ചകഴിഞ്ഞുമടങ്ങിവരാം."

ഗുരുജിക്ക് ആ മാറ്റം ഇഷ്ടമായി. അദ്ദേഹം അനുവാദം നൽകിയപ്പോൾ സചിസ് പോയി. ദാമിനി പിന്നീട് എന്നെ പുസ്തകം വായിക്കാൻ ക്ഷണിച്ചിട്ടില്ല. അവൾക്കിനി എന്നെക്കൊണ്ട് ഒരുപയോഗവും ഇല്ലെന്ന് തോന്നി. അവൾ ഗ്രാമത്തിലെ സ്ത്രീകളോട് ചങ്ങാത്തം കൂടാനും പോയിരുന്നില്ല. മുറിക്കുള്ളിൽ കതകടച്ചിരിക്കുകയായിരുന്നു.

കുറച്ചു നാൾ കഴിഞ്ഞ് ഒരപരാഹ്നത്തിൽ സചിസ് മടങ്ങിവന്നു. ഗുരുജി അദ്ദേഹത്തിന്റെ മുറിയിൽ വിശ്രമിക്കുകയായിരുന്നു. ഞാൻ വരാന്തയിലിരുന്ന് കത്തെഴുതുന്നു. സചിസ് എന്നെ ഒന്നു നോക്കുകപോലും ചെയ്യാതെ ദാമിനിയുടെ കതകിനു തട്ടിവിളിച്ചു." ദാമിനി, ദാമിനി"

ദാമിനി കതകുതുറന്നു പുറത്തുവന്നു. കൊടുങ്കാറ്റിൽപ്പെട്ട് ആകെ തകർന്ന ഒരു കപ്പൽപോലെയായിരുന്നു സചിസ്. ക്ഷീണിച്ചു മെലിഞ്ഞ്,കണ്ണുകുഴിഞ്ഞ്, മുടിചിതറി, വസ്ത്രങ്ങൾ കീറി മുഷിഞ്ഞ്, ഒരു രൂപം.

ദാമിനിയെ കണ്ടപ്പോൾ ഒരു പൊട്ടിത്തെറിപോലെ ആ ശബ്ദം വന്നു:"എനിക്കു തെറ്റുപറ്റി, ദാമിനി തെറ്റുപറ്റി. ഞാൻ നിന്നോടു പോകാൻ പറഞ്ഞു. അതെന്റെ തെറ്റായിരുന്നു. എനിക്കു മാപ്പുതരൂ."

ഒന്നും മനസ്സിലാകാത്തപോലെ ദാമിനി കൈകൂപ്പിക്കൊണ്ടു ചോദിച്ചു:

"നിങ്ങളെന്തു കാര്യമാ പറയുന്നത്?"

"ഇല്ല. ഇനി അങ്ങനെ ഒരു തെറ്റു ഞാൻ ചെയ്യില്ല. എന്നോടു ക്ഷമിക്കൂ. ഇനി ഞങ്ങളുടെ ഇഷ്ടത്തിനു നിന്നെ ഇവിടെ നിർത്തുകയും പറഞ്ഞുവിടുകയും ചെയ്യുക എന്ന തെറ്റ് ഞാൻ ചെയ്യില്ല...എനിക്ക് നിന്നോടൊരപേക്ഷയുണ്ട്. അതു നീ ചെയ്യണം."

ദാമിനി കുനിഞ്ഞ് സചിസിന്റെ പാദങ്ങളിൽ തൊട്ടുകൊണ്ടു പറഞ്ഞു:

"പറയൂ ഞാനെന്താ ചെയ്യേണ്ടത്?"

"ഞങ്ങളോടൊപ്പം ചേരുക. ഒഴിഞ്ഞുമാറാതിരിക്കുക."

"ശരി," അവൾ പറഞ്ഞു. ഞാനിനി നിങ്ങളോടൊപ്പമായിരിക്കും. എതിർക്കില്ല, ധിക്കരിക്കില്ല."

ഏഴ്

ശില പിന്നെയും അലിഞ്ഞു. ദാമിനിയിൽ അകമേ ജ്വലിച്ചുകൊണ്ടിരുന്ന അസ്വസ്ഥതയുടെ അഗ്നിനാളം അതിന്റെ ചൂടുപേക്ഷിച്ചു വെളിച്ചം മാത്രമായി. അവളുടെ സാന്നിദ്ധ്യം കൂട്ടപ്രാർത്ഥനക്കും ആരാധനക്കും സേവനങ്ങൾക്കും ചാരുതയും മാധുര്യവും പകർന്നു. കീർത്തനാലാപമോ ഗുരുവിന്റെ പ്രഭാഷണമോ എത്ര മടുപ്പിക്കുന്നതായാലും ദാമിനി ഞങ്ങ

ളോടൊപ്പം ഉണ്ടാവും. അവളുടെ വേഷഭൂഷാദികൾക്കും മാറ്റം വന്നു. അവൾക്കിഷ്ടസാരിയായിരുന്നു അവൾ ഉടുക്കാറുണ്ടായിരുന്നത്. എപ്പോൾ കണ്ടാലും അപ്പോൾ കുളികഴിഞ്ഞതാണെന്ന തോന്നൽ ഉളവാക്കിയിരുന്നു അവൾ.

ഗുരുജിയുമായുള്ള ബന്ധത്തിലായിരുന്നു അവൾ ഏറ്റവും വിഷമം സഹിച്ചത്. അവൾ വിനയം ഭാവിച്ചിരുന്നെങ്കിലും കൺകോണിൽ അമർഷത്തിന്റെ തിരി കത്തുന്നത് എനിക്കു കാണാമായിരുന്നു. ഗുരുജിയുടെ ഉത്തരവുകളെ അവളുടെ മനസ്സിനു സഹിക്കാൻ കഴിഞ്ഞിരുന്നില്ല. എന്നിട്ടും അദ്ദേഹം പറഞ്ഞതെല്ലാം അവൾ വിനയത്തോടെ അനുസരിച്ചു. അതദ്ദേഹത്തിനു കാര്യങ്ങൾ തുറന്നു പറയാൻ കൂടുതൽ ധൈര്യം നൽകി. ഒരു ദിവസം സംസാരിക്കുമ്പോൾ ആധുനികനായ ഒരു ബംഗാളി സാഹിത്യകാരനോടുള്ള അനിഷ്ടം അദ്ദേഹം പ്രകടിപ്പിച്ചു. അടുത്തദിവസം അദ്ദേഹത്തിന്റെ കിടക്കയിൽ ആരോ കുറേ പൂക്കൾ കൊണ്ടിട്ടു. അതിനിടയിൽ ആ സാഹിത്യകാരന്റെ പുസ്തകത്തിൽനിന്നു കീറിയെടുത്ത കുറേതാളുകളും.

എനിക്കു തോന്നി ദാമിനി കാണാൻ ഏറ്റവും വെറുത്തിരുന്നത് ഗുരുജി സചിസിനെക്കൊണ്ടു ഭൃത്യവേല ചെയ്യിക്കുന്നതാണെന്ന്. സചിസിനുള്ള ജോലി അവൾ സ്വയം ചെയ്യാൻ മുമ്പോട്ടുവരാറുണ്ടെങ്കിലും എപ്പോഴും മതു സാധിക്കാറില്ല. ഗുരുജിയുടെ ഹുക്കാ സചിസ് സ്വയം ഊതിയൂതി കത്തിക്കുമ്പോൾ കഠിനമായ വേദനയോടെ അവൾ പല്ലുകടിച്ചുകൊണ്ട് സ്വയം ബോധ്യപ്പെടുത്താനായി പറയും:

"ഇല്ല, എതിർക്കുന്നില്ല, ഞാൻ എതിർക്കുന്നില്ല"

സചിസിന് ഇഷ്ടമാവുന്നരീതിയിൽ സംഭവങ്ങൾ നീങ്ങിയിരുന്നില്ല. ദാമിനി സ്വയം അനുഗ്രഹിപ്പാൻ ഒരുമ്പെടുംമുമ്പ് സചിസ് അവളുടെ ചാരുതമാത്രമേ കണ്ടിരുന്നുള്ളൂ. അവളെ കണ്ടിരുന്നില്ല. ഇപ്പോൾ അയാൾക്ക് ദാമിനി ഒരു യാഥാർത്ഥ്യമായിത്തീർന്നു. എതിർപ്പുകൂടാതെ അവൾ പാട്ടു കേൾക്കുന്നു. താത്വികപ്രസംഗത്തിന്റെ ഗുണപാഠം തേടുന്നു. അവൾക്കിപ്പോൾ അതൊന്നും അന്യമല്ല. സചിസ് അവളെ അവളുടെ നാനാത്വത്തിൽ കണ്ടു, ധ്യാനത്തിന്റെ മായാവലയം മുറിയുകയും ചെയ്തു. ഭക്തിയുടെ പ്രതീകമായി അവളെ കാണാൻ അയാൾക്കു കഴിഞ്ഞില്ല. ദാമിനി പാട്ടിനു സൗന്ദര്യം നൽകിയില്ല, പാട്ട് അവൾക്കു സൗന്ദര്യം നൽകുകയായിരുന്നു.

ഇടയിൽ സൂചിപ്പിക്കട്ടെ, ദാമിനിക്ക് തുടർന്ന് എന്നെക്കൊണ്ട് ഉപയോഗമൊന്നും ഉണ്ടായിരുന്നില്ല. അവൾക്കുവേണ്ടി ഞാൻ ചെയ്യാൻ നിർബ

ന്ധിതനായ ജോലികൾ എല്ലാം നിന്നു. പരുന്തു ചത്തുപോയി, കീരി ഓടിപ്പോയി, ഗുരുജിയോടു ബഹുമാനമില്ലാതെ പെരുമാറിയതിനു പട്ടി ഉപേക്ഷിക്കപ്പെട്ടു. അങ്ങനെ പണിയൊന്നുമില്ലാതെ ഞാൻ വീണ്ടും ഗുരുജിയുടെ ഭജനസംഘത്തിൽ സജീവമായി. എന്നാൽ പഴയപോലെ കീർത്തനത്തിനോ പ്രഭാഷണത്തിനോ ഉണ്ടായിരുന്ന ആകർഷണം എന്നിൽ ഇല്ലാതായിക്കഴിഞ്ഞിരുന്നു.

എട്ട്

ഒരു ദിവസം സചിസ് തത്വജ്ഞാനവും ശാസ്ത്രവും മിസ്റ്റിക് പ്രേമവും എല്ലാം കൂടി അയാൾക്കു തോന്നിയ രീതിയിൽ കൂട്ടിക്കുഴക്കുകയായിരുന്നു. അയാൾ അതിനെ പാശ്ചാത്യവും പൗരസ്ത്യവുമായി വേർതിരിച്ചുകൊണ്ടിരിക്കുമ്പോൾ ദാമിനി പരിഭ്രമത്തോടെ ഓടിവന്നുപറഞ്ഞു:

"രണ്ടാളും ഒന്ന് വേഗം ഇറങ്ങിവരുമോ?"

"എന്താ കാര്യം?"

ഞാൻ ചോദിച്ചു.

ദാമിനി കിതച്ചുകൊണ്ടു പറഞ്ഞു:"നബിന്റെ ഭാര്യ വിഷം കഴിച്ചെന്നുതോന്നുന്നു."

ഒരു ഗുരുശിഷ്യന്റെ ബന്ധുവായ നബിൻ അയൽക്കാരനും ഞങ്ങൾക്കെല്ലാം പരിചിതനുമാണ്. ഞങ്ങളോടൊപ്പം ചിലപ്പോൾ അയാൾ കീർത്തനം ചൊല്ലാറുണ്ട്. ആ വീട്ടിൽ എന്തു സംഭവിച്ചെന്നറിഞ്ഞുകൂടാ. ഞങ്ങൾ ചെല്ലുമ്പോൾ നബിന്റെ ഭാര്യ മരിച്ചുകഴിഞ്ഞിരുന്നു. ദുരന്തത്തിന്റെ കാരണം പിന്നീട് വെളിവായി. നബിന്റെ ഭാര്യ അവളുടെ അനാഥയായ അനുജത്തിയെ കൂടെ താമസിപ്പിച്ചിരുന്നു. അവർ കുലീനരായതിനാൽ ആ രീതിയിൽ ഒരു വരനെ കിട്ടുക പ്രയാസമായിരുന്നു. കുട്ടി സുന്ദരിയായതിനാൽ നബിന്റെ കോളേജ് വിദ്യാർത്ഥിയായ അനുജൻ അവളെ വിവാഹം ചെയ്യാൻ സമ്മതമായിരുന്നു. അയാളുടെ പരീക്ഷ കഴിയാൻ ഇനി നാലഞ്ചു മാസമുള്ളതിനാൽ ആഗസ്തിൽ വിവാഹം നടത്താൻ നിശ്ചയിക്കുകയും ചെയ്തു.

അതിനിടയിൽ നബിൻ ഭാര്യാസഹോദരിയുമായി കൂടുതൽ അടുപ്പത്തിലാണെന്നു ഭാര്യ മനസ്സിലാക്കി. അതിനാൽ നബിൻ തന്നെ അവളെ കല്യാണം കഴിക്കണമെന്നു ഭാര്യ നിർബന്ധിച്ചു. അയാൾക്കതു സമ്മതമായിരുന്നു. അങ്ങനെ വിവാഹം നടന്നു, നബിന്റെ ഭാര്യ വിഷം കഴിച്ച് മരിക്കുകയും ചെയ്തു.

ഞങ്ങൾ മടങ്ങിവന്നപ്പോൾ ഗുരുജിയുടെ ചുറ്റും കീർത്തനം പാടാൻ കുറേ ഭക്തന്മാർകൂടി ഇരിക്കുന്നതു കണ്ടു. അദ്ദേഹം അവരോടൊപ്പം

ചേർന്നുപാടാനും നൃത്തം ചവിട്ടാനും തുടങ്ങി.

നല്ല നിലാവുള്ള രാത്രിയായിരുന്നു അത്. നിലാവിന്റെ ഭംഗിയിൽ മുഴുകി വരാന്തയിൽ ഒരു വൃക്ഷത്തിന്റെ നിഴൽ വീഴുന്നിടത്ത് അർദ്ധ വെളിച്ചത്തിൽ നിശ്ചലയായിരുന്നു ദാമിനി. ഏതോ ചിന്തയിലാണ്ട് അവ ളുടെ പിന്നിൽക്കൂടി അങ്ങോട്ടുമിങ്ങോട്ടും നടന്നുകൊണ്ടിരുന്നു, സചി സ്. ഞാൻ ഡയറി എഴുതാറുള്ളതുകൊണ്ട് എന്റെ മുറിയിൽ ഇരിക്കുക യായിരുന്നു. തെല്ലകലെ ഏതോ വൃക്ഷത്തിലിരുന്ന് നിർത്താതെ കൂവുന്നു പൂങ്കുയിൽ. തെക്കൻ കാറ്റിൽ പറന്നുവീണ ശുഷ്കപത്രങ്ങളെ വെള്ളി പൂശി ക്കൊണ്ട് ചന്ദ്രകിരണങ്ങൾ ഒഴുകി നടന്നു.

സചിസിന്റെ മനസ്സിൽ എന്തോ ഒരിളക്കമുണ്ടായി. അയാൾ പെട്ടെന്നു ദാമിനിയുടെ പിന്നിൽ പോയി നിന്നു. ദാമിനി ഉടനെ എഴുന്നേറ്റ് സാരിത ലവഴങ്ങെയിട്ടു പോകാൻ തുടങ്ങി. സചിസ് വിളിച്ചു:"ദാമിനി"

അവൾ നിന്നു. വിനയത്തോടെ കൈകൾ കൂപ്പിക്കൊണ്ടപേക്ഷിച്ചു. "ഞാൻ പറയുന്നതു കേട്ടാലും പ്രഭൂ...'

അവളിൽ മിഴികൾ ഊന്നിക്കൊണ്ട് അയാൾ നിൽക്കെ അവൾ തുടർന്നു:"ദയവായി എന്നോടു പറയൂ, നിങ്ങളുടെ ഈ മനോ പീഡ കൊണ്ട് ഈ ലോകത്തിൽ എന്തുപ്രയോജനമാണുള്ളത്? നിങ്ങൾക്ക് ആരെയാണ് രക്ഷിക്കാൻ കഴിയുക?"

ഞാൻ അതുകേട്ടു മുറിയിൽ നിന്നിറങ്ങിവരാന്തയിൽ വന്നുനിന്നു. അവൾ സംസാരിക്കുകയായിരുന്നു:

"നിങ്ങളെല്ലാവരും എപ്പോഴും പ്രേമത്തെക്കുറിച്ചു പറയുന്നു. പ്രേമം മാത്രം. അത് യഥാർത്ഥത്തിൽ എന്താണെന്ന് ഇപ്പോൾ നിങ്ങൾ കണ്ട ല്ലോ. അതു മതത്തെയോ സമുദായത്തെയോ കുടുംബത്തെയോ ഭാര്യാ ഭർത്തൃബന്ധത്തെയോ ഒന്നും പരിഗണിക്കുന്നില്ല. അതിന് ദയയോ മര്യാ ദയോ വിശ്വാസമോ അപമാനമോ ഇല്ല. നീചവും ക്രൂരവുമായ പ്രേമത്തി ന്റെ നരകത്തിൽനിന്ന് മനുഷ്യസമുദായത്തെ രക്ഷിക്കാൻ എന്തു സംഭാ വനയാണ് നിങ്ങൾക്കു ചെയ്യാനുള്ളത്? "

എനിക്കതുകേട്ടു സ്വയം നിയന്ത്രിക്കാൻ കഴിഞ്ഞില്ല. ഞാൻ പറഞ്ഞു:

"സ്ത്രീകളെ ഞങ്ങളുടെ ജീവിതത്തിൽനിന്ന് ഒഴിവാക്കാൻ ഞങ്ങൾ ശ്രമിക്കുന്നു. അപ്പോൾ ഞങ്ങൾക്കു ശാന്തമായിരുന്നു പ്രേമത്തെക്കുറിച്ചു ചിന്തിക്കാം. "

ഞാൻ പറഞ്ഞതിന് ദാമിനി ഒട്ടും ശ്രദ്ധ നൽകിയില്ല.

അവൾ തുടർന്നു: "നിങ്ങളുടെ ഗുരു എനിക്കൊന്നും തന്നിട്ടില്ല. എന്റെ ക്ലേശഭരിതമായ ആത്മാവിന് ഒരു നിമിഷത്തിന്റെ ശാന്തി നൽകാൻ അദ്ദേ ഹത്തിനു കഴിഞ്ഞിട്ടില്ല. തീകൊണ്ടു തീ കെടുത്താൻ നിങ്ങൾക്കാവില്ല.

ധൈര്യമോ സഹനശക്തിയോ മനസ്സമാധാനമോ നിങ്ങളുടെ ഗുരു കാട്ടിത്തരുന്ന വഴിയിലില്ല. മരിച്ച ആ പെൺകുട്ടിയെ നോക്കൂ. പ്രേമത്തിന്റെ ഭൂതം അവളെ അതിന്റെ വഴിയിൽ തട്ടിയിട്ട് അവളുടെ ചോരകുടിക്കുകയായിരുന്നു. ആ ഭൂതത്തിന്റെ ഭീകരമുഖം നിങ്ങൾ കണ്ടില്ലേ? എന്നെ ആ ഭൂതത്തിന്റെ മുമ്പിലേക്കു തള്ളിയിടരുതെന്നു ഞാൻ അപേക്ഷിക്കുന്നു. എന്നെ രക്ഷിക്കൂ. നിങ്ങളിൽ ഒരാൾക്കു മാത്രമേ എന്നെ സ്വന്തമാക്കാൻ കഴിയൂ."

എന്തോ ഒരു നടുക്കമുണ്ടായതുപോലെ ഞങ്ങൾ പരസ്പരം നോക്കി. നിശബ്ദമായിരുന്നു പരിസരമെല്ലാം.

സചിസ് ചോദിച്ചു:

"പറയൂ എങ്ങനെ ഞാൻ നിന്നെ സഹായിക്കണം?"

അവൾ പറഞ്ഞു:"നിങ്ങൾ എന്റെ ഗുരുവാകണം. എനിക്കു വേറെ ഗുരുവില്ല. ഇതിനെല്ലാം ഉപരിയായിട്ടുള്ള ഒരു മന്ത്രം എനിക്ക് ഉപദേശിച്ചുതരൂ. അതിനു മാത്രമേ എന്നെ മോചിപ്പിക്കാൻ കഴിയൂ. എന്റെ ദൈവത്തെ എന്നോടൊപ്പം നശിക്കാൻ അനുവദിക്കാതിരിക്കൂ."

സചിസ് നിർന്നിമേഷനായി നിന്നിട്ടു പറഞ്ഞു:

"അങ്ങനെയാവട്ടെ."

ദാമിനി കുനിഞ്ഞ് അവളുടെ ശിരസ്സ് സചിസിന്റെ പാദങ്ങളിൽ തൊടുവിച്ചുകൊണ്ടു പതുക്കെപ്പറഞ്ഞു:

"ഇതാണെന്റെ ഗുരു. എന്നെ എന്റെ ധിക്കാരങ്ങളിൽനിന്നും അതിക്രമങ്ങളിൽനിന്നും രക്ഷിക്കുക. എന്നെ രക്ഷിക്കുക"

അവസാനവാക്ക്

സചിസ് വീണ്ടും അയാളുടെ സംഘത്തിൽനിന്നും മാറിയെന്ന വാർത്തെ പത്രങ്ങൾ അവർക്കാകും വിധം അപവാദം നിറച്ച് പ്രസിദ്ധീകരിച്ചു. ഒരിക്കൽ അയാൾ ജാതിയേയും മതത്തേയും ദൈവത്തേയും നിഷേധിച്ചിരുന്നുവെന്നും പിന്നീട് അതിനു വിരുദ്ധമായി അനുഷ്ഠാനങ്ങളിലും പ്രാർത്ഥനകളിലും ദൈവത്തിലും വിശ്വസിക്കുന്നവനും അവിശ്വാസത്തെ സംരക്ഷിക്കുന്നവനുമായി. ഇപ്പോൾ അതും ഉപേക്ഷിച്ച് അയാൾ ഏകാന്തതയിലേക്ക് വിരമിച്ചിരിക്കുന്നു. അയാൾ ഇപ്പോൾ എന്തിനെ എതിർക്കുന്നെന്നോ അനുകൂലിക്കുന്നെന്നോ അറിഞ്ഞുകൂടാ. അസംതൃപ്തിയോ വിദ്വേഷമോ ഇല്ലാതെ അയാൾ അയാളുടെ പഴയജോലിയിൽ മടങ്ങിയെത്തിയതു വിസ്മയമായിരിക്കുന്നു.

മറ്റൊരു വിസ്മയകരമായ വാർത്ത പത്രങ്ങൾ നൽകിയത് ഞാൻ ദാമിനിയെ വിവാഹം ചെയ്തുവെന്നാണ്. അതെങ്ങനെ സംഭവിച്ചെന്ന ഒരു വിശദീകരണവും ഉണ്ടായില്ല, അതിന്റെ ആവശ്യം ഇല്ലായിരിക്കാം.

ശ്രീബിലാസ്

ഒന്ന്

ഒരിക്കൽ ഒരു നീലം ഫാക്ടറി നിലനിന്ന സ്ഥലമായിരുന്നു അത്. അതുനശിച്ചുപോയെങ്കിലും അതിന്റെ അവശിഷ്ടങ്ങൾ ആ പ്രദേശത്തു കാണാൻ കഴിയും. അവിടെ ഒരു പഴയ ബംഗ്ലാവിന്റെ കുറച്ചുമുറികൾ അവശേഷിക്കുന്നുണ്ടായിരുന്നു. ദാമിനിയുടെ ശവസംസ്കാരം കഴിഞ്ഞു മടങ്ങുമ്പോൾ എനിക്കാസ്ഥലത്തോടു പ്രത്യേകസ്നേഹവും താൽപര്യവുമുണ്ടായി. ഞാനവിടെ കുറച്ചുനാൾ താമസിച്ചു.

ബംഗ്ലാവിൽ നിന്നു പൂന്തോട്ടത്തിലൂടെ അരികിലുള്ള നദിയിലേക്ക് ഒരു വഴിയുണ്ട്. ഫാക്ടറിയുടെ പൂന്തോട്ടത്തിൽ പുറംമതിലിന്റെ ഒരു ഭാഗവും ഗേറ്റിന്റെ പൊട്ടിയ തൂണുകളും മാത്രമേ കാണുന്നുള്ളൂ. ഒരു മൂലക്കായി ഒരു ഖബറുമുണ്ട്. അത് മുസ്ലീമായ ഒരു ഫാക്ടറി ഓവർസീയറുടേതാവുന്നു. ചുറ്റുപാടും കാടുപിടിച്ചുകിടക്കുകയാണ്. ഈ കാട്ടുചെടികൾ മരണത്തെ പുച്ഛിച്ചുകൊണ്ടു തെക്കൻ കാറ്റിൽ ഉലഞ്ഞാടുകയും പൊട്ടിച്ചിരിക്കുകയും ചെയ്തു. അവിടെ ഒരു തടാകമുണ്ടായിരുന്നതു വറ്റിപ്പോയിരിക്കുന്നു. അതിൽ കൃഷിക്കാർ പുല്ലും കൊത്തമല്ലിച്ചെടികളും നട്ടുപിടിപ്പിക്കുന്നു. രാവിലെ പായൽ പിടിച്ച ഇഷ്ടികകൂമ്പാരത്തിനു മുകളിൽ ഞാനിരുന്നപ്പോൾ കൊത്തമല്ലിപ്പൂക്കളുടെ മണം എന്നെ മത്താുപിടിപ്പിച്ചു.

ഇവിടെ ഇരുന്നു ഞാൻ ചിന്തിക്കുകയായിരുന്നു. വെറും അസ്ഥികൂടമായ ഈ നീലം ഫാക്ടറിയിൽ ഒരിക്കൽ ജീവൻ തുടിച്ചിരുന്നു. ഈ ഫാക്ടറി സ്ഥാപിച്ചപ്പോൾ അതു പരിസരങ്ങളിൽ ഉയർത്തിയ സന്തോഷത്തിന്റെയും സന്താപത്തിന്റെയും തിരകൾ ഒരിക്കലും ഒടുങ്ങുകയില്ലെന്ന് അന്നുള്ളവർ പ്രതീക്ഷിച്ചേക്കാം. ആയിരക്കണക്കിനു പാവങ്ങളായ കൃഷിക്കാരുടെ ജീവരക്തം കൊണ്ടു നീലം ഉത്പാദിപ്പിച്ചിരുന്ന സായിപ്പെവിടെ, വെറും ബംഗാളിയായ ഞാനെവിടെ!

നീലം ഫാക്ടറിയെ നിലം പൊത്തിയ ഭൂമി അതിനെ തന്റെ കാൽക്കീഴിലാക്കി മണ്ണും ചെളിയും കൊണ്ടു മെഴുകിയിരിക്കുന്നു. അവശേഷി

ക്കുന്നത് എന്തെങ്കിലുമുണ്ടെങ്കിൽ അടുത്ത കഴുകൽ തീരുമ്പോൾ അതിന്റെ പൊടിപോലും കാൺമാനുണ്ടാവില്ല.

ഇതൊക്കെ നിത്യസംഭവമായതിനാൽ ഇതിലൊന്നും ഒരു പുതുമയുമില്ല. എന്നാൽ എല്ലാം അങ്ങനെയായിരിക്കണമെന്നില്ലല്ലോ. സായിപ്പും അയാളുടെ നീലം ഭീകരതയും എന്നെന്നേക്കുമായി മറഞ്ഞു എന്നുള്ളതു സത്യമാണ്. എന്റെ ദാമിനിയും അങ്ങനെയായെന്ന് വിശ്വസിക്കാൻ എനിക്കു കഴിയുന്നില്ല.

ഞാൻ പറയുന്നത് ആരും ശ്രദ്ധിക്കുകയില്ലായിരിക്കാം. പക്ഷെ ശങ്കരാചാര്യർ പറയുന്നതുമായ വിശ്വാസത്തിൽ ആരും രക്ഷപ്പെടുന്നില്ലെന്നറിയുക. ഉലകംതന്നെ മായയാണെന്നും മറ്റും അദ്ദേഹം പറഞ്ഞിട്ടുണ്ട്. ശങ്കരാചാര്യർ സന്ന്യാസിയായിരുന്നു. അദ്ദേഹം ചോദിച്ചു:

“നിങ്ങൾ ഭാര്യയെന്ന് വിളിക്കുന്നത് ആരെയാണ്., ആരാണു മകൻ?” അദ്ദേഹം എല്ലാം വിശദമായി പറഞ്ഞിട്ടുണ്ട്. ഞാൻ സന്ന്യാസിയല്ല. താമരയിലയിലെ ഹിമകണമല്ല എന്റെ ദാമിനി. ലൗകികമായി കഴിയുന്നവരും ലോകത്തെ പരിത്യജിക്കുന്നതായി പറഞ്ഞു കേൾക്കാറുണ്ട്. അതെങ്ങനെ സാദ്ധ്യമാവുമെന്ന് എനിക്കറിഞ്ഞുകൂടാ. അവർ ഗൃഹത്തിൽ വേരുറച്ചവരാണ്. ഭാര്യയില്ലാതാവുമ്പോഴാണ് ഗൃഹം എന്നത് അവർക്കു മായയായി ഭവിക്കുന്നത്. ഒരിക്കൽ ഉണ്ടായിരുന്നത് ഉണ്ടെന്നു വരുത്തുന്നതും ചിന്തിച്ചാൽ മനുഷ്യമനസ്സിന്റെ പ്രവർത്തനമാണെന്നു കാണാം.

ഒരു ഗൃഹം സൃഷ്ടിക്കാൻ എനിക്കവസരം ലഭിക്കാത്തതുകൊണ്ടു ഞാൻ ഗൃഹസ്ഥനായില്ല. സന്ന്യാസവും എന്റെ രക്തത്തിലില്ല. അതൊരു രക്ഷപ്പെടലാകുന്നു. ഞാനതിന് ഒരുമ്പെടുന്നില്ല. അവൾ എന്റെ സ്വന്തമായ എന്റെ ദാമിനി. ഒരു കുടുംബിനിയാവുവോളം ജീവിക്കുവാൻ നിയതി അവളെ അനുവദിച്ചില്ല. അവൾ മായയല്ല. അവളെ മായയെന്നു വിളിക്കാൻ എനിക്കു തോന്നുന്നില്ല.

ദാമിനി ഒരു വീട്ടമ്മ മാത്രമായിരുന്നെങ്കിൽ ഞാൻ അവളെ സംബന്ധിച്ച് ഒരു പുനർവിചാരത്തിന് തുനിയുമായിരുന്നില്ല. മറ്റുള്ളവർ എന്തും പറഞ്ഞുകൊള്ളട്ടെ. ഞാനിതെഴുതുന്നത് എനിക്ക് അവളെക്കുറിച്ചുള്ള സത്യം അറിയാവുന്നതു കൊണ്ടും ഞാൻ അവളെ മറ്റുള്ളവരേക്കാൾ ഉപരിയായി കരുതുന്നതുകൊണ്ടുമാകുന്നു.

ഈ മായാലോകത്തിൽ മറ്റുള്ളവർ ചെയ്യുമ്പോലെ ഞാൻ ദാമിനിയോടൊപ്പം ഒരു ഗൃഹം പടുത്തിരുന്നെങ്കിൽ, ഒരു കുടുംബം സൃഷ്ടിച്ചിരുന്നെങ്കിൽ, നിത്യസംഭവങ്ങളായ കുളിയും ഊണും അത്താഴം കഴിഞ്ഞു

ള്ള വെറ്റിലമുറുക്കലുമായി സംതൃപ്തിയോടെ കഴിഞ്ഞേനേം. ദാമിനിയുടെ മരണശേഷം ഒരു നെടുവീർപ്പോടെ ശങ്കരാചാര്യരുടെ വാക്കുകൾ ഉദ്ധരിച്ച് ഈ ലോകം വളരെ വിചിത്രമാണെന്ന് പറയുമായിരുന്നു. പിന്നെ ഒരമ്മാവിയുടെ പ്രേരണയാൽ മറ്റൊരു വിവാഹം കഴിച്ച് വീണ്ടും ഗൃഹസ്ഥനാവുമായിരുന്നു. പഴയഷൂസിലേക്കു പാദങ്ങൾ ഇടുന്നതുപോലെ അനായാസം വൈവാഹികജീവിതത്തിലേക്കിറങ്ങി വന്നവനല്ല ഞാൻ. ഒരു സുഖകരമായ ദാമ്പത്യജീവിതത്തിന്റെ പ്രതീക്ഷ തുടക്കത്തിലേ ഞാൻ ഉപേക്ഷിച്ചിരുന്നു. ഇല്ല അങ്ങനെ പറയുന്നതു ശരിയായിരിക്കില്ല. സുഖപ്രതീക്ഷകൾ ഉപേക്ഷിക്കാൻ മനുഷ്യത്വമില്ലാത്തവനല്ല ഞാൻ. ഞാൻ സൗഖ്യം ആഗ്രഹിച്ചിരുന്നു. എന്നാൽ അവകാശപ്പെട്ടിരുന്നില്ല.

അതിനുകാരണമുണ്ട്. നാദസ്വരസംഗീതത്തിന്റെ പാശ്ചാത്തലത്തിൽ ഒരു ബനാറസ് സാരിയാൽ മൂടപ്പെട്ട്, പരസ്പരം കാണാതെ കാണുന്ന മാമൂൽ കല്യാണമായിരുന്നില്ല ഞങ്ങളുടേത്. എന്നെ കല്യാണം കഴിക്കാൻ ദാമിനിയോടാവശ്യപ്പെട്ടത് ഞാൻ തന്നെയായിരുന്നു. ഞങ്ങൾ പരസ്പരം കണ്ടത് ഒളിച്ചും മറഞ്ഞുമായിരുന്നില്ല, നല്ലസൂര്യപ്രകാശത്തിൽ മറ്റുള്ളവരുടെ സാന്നിദ്ധ്യത്തിലായിരുന്നു.

രണ്ട്

ലീലാനന്ദസ്വാമിയെ ഉപേക്ഷിച്ചതിനുശേഷം ഐഹികമായ കാര്യങ്ങൾ ഞാൻ വീണ്ടും ആലോചിക്കാൻ തുടങ്ങി. ഇത്രനാളും വിശപ്പുകൊണ്ടല്ല ദഹനക്കേടുകൊണ്ടായിരുന്നു ഞാൻ വലഞ്ഞത്. അത്രമാത്രം ഭക്ഷ്യവസ്തുക്കൾ കാണിക്കയായി ഗുരുവിനു ലഭിച്ചിരുന്നു. ഈ ലോകത്തിൽ ജീവിക്കാൻ ഒരാൾക്ക് ഒരു വാടകവീടെങ്കിലും വേണമെന്നുള്ളതു ഞാൻ മറന്നുപോയിരുന്നു. ഞങ്ങൾക്കന്ന് മറ്റുള്ളവരുടെ കാര്യത്തേക്കുറിച്ച്, എന്തിന് ഞങ്ങൾ പാർക്കുന്ന വീട്ടിലെ ഗൃഹനാഥന്റെ കാര്യം പോലും, അറിയുമായിരുന്നില്ല. ഞങ്ങൾക്കു കിട്ടുന്ന സൗകര്യം ആ വീട്ടിൽ അയാൾക്കു കിട്ടുന്നുണ്ടോ എന്നാരും അന്വേഷിച്ചില്ല. ആതിഥേയനാണെങ്കിൽ എപ്പോഴും ഞങ്ങളുടെ കാര്യത്തിലായിരുന്നു വിഷമം. ഞങ്ങൾക്കു വേണ്ട സുഖവും സൗകര്യവും അയാൾക്കു നൽകാൻ കഴിയുന്നുണ്ടോ എന്ന ഉത്കണ്ഠയായിരുന്നു അയാൾക്ക്.

അങ്കിൾ ജഗ്മോഹൻ തന്റെ വീട് വിൽപ്പത്രത്തിൽ സചിസിനാണ് നൽകിയതെന്ന് എനിക്കോർമ്മ ഉണ്ടായിരുന്നു. വിൽപ്പത്രം സചിസിന്റെ കയ്യിലാണെങ്കിൽ അതെവിടെയെങ്കിലും കളഞ്ഞിട്ടുണ്ടാവും. നിർവൃതി

യുടെ പ്രളയത്തിരകളിൽ ഒരു കടലാസ്സുതോണിപോലെ അത് അപ്രത്യക്ഷമായിരിക്കും. എന്നാൽ അത് എന്റെ കയ്യിലായിരുന്നു. അതു നടപ്പിലാക്കേണ്ട എക്സിക്യൂട്ടർ. അതിൽ വ്യവസ്ഥകൾ മൂന്നായിരുന്നു. വീട്ടിൽ ഒരു രീതിയിലുള്ള ആരാധനയും പാടില്ല, താഴത്തെ നിലയിൽ മുസ്ലീം കുട്ടികൾക്കും ചമാർകുട്ടികൾക്കും വേണ്ടി ഒരു നിശാപാഠശാല ഉണ്ടായിരിക്കണം. അവരുടെ വിദ്യാഭ്യാസത്തിനും ക്ഷേമത്തിനും വേണ്ടിയാവണം സചിസിന്റെ മരണശേഷം ആ വീട് ഉപയോഗിക്കേണ്ടത്.

സ്വർഗ്ഗം കിട്ടുന്ന ഏത് ഏർപ്പാടിനോടും അങ്കിളിനു ഭയങ്കര എതിർപ്പുണ്ടായിരുന്നു. വീടിന്റെ മറുവശത്തെ അശുദ്ധമായ വായുവിനെ ശുദ്ധീകരിക്കാനുള്ള യജ്ഞങ്ങളും മുൻകരുതലുകളുമായിരുന്നു വിൽപത്രത്തിൽ പറഞ്ഞിട്ടുള്ളതെല്ലാം.

കൽക്കത്തയിലെ വീട്ടിലേക്കു മടങ്ങണമെന്നു ഞാൻ പറഞ്ഞപ്പോൾ താനതിനു തയ്യാറല്ലെന്നു സചിസ് അറിയിച്ചു. ഞാൻ കാരണം ചോദിച്ചപ്പോൾ അയാൾ പറഞ്ഞു: “ഒരിക്കൽ ഞാൻ എല്ലാകാര്യത്തിനും ബുദ്ധിശക്തിയെ ആശ്രയിച്ചിരുന്നു. അതിന് അത്രയും ഭാരം ചുമക്കാൻ കഴിയില്ലെന്ന് എനിക്കു മനസ്സിലായി. പിന്നെ ഹൃദയത്തിലേക്കായി എന്റെ ശ്രദ്ധ. അടികാണാത്ത അഗാധതയായിരുന്നു അതിന്. ബുദ്ധിശക്തിപോലെ ഹൃദയവും ഒരു വ്യക്തിയുടെ തന്നെയായതിനാൽ അയാൾക്ക് സ്വയം ആശ്രയിക്കാനാവില്ല. ആശ്രയിക്കാൻ മറ്റെന്തെങ്കിലും കണ്ടെത്താതെ നഗരത്തിലേക്കു മടങ്ങാൻ എനിക്കു വിഷമമുണ്ട്...”

ഞാൻ ചോദിച്ചു: “അപ്പോൾ ഞാൻ എന്തുചെയ്യണമെന്നു പറയൂ.’

“നിങ്ങൾ പോവുക,” അയാൾ പറഞ്ഞു, “നിങ്ങൾ രണ്ടാളും. ഞാൻ എന്റെ രീതിയിൽ ഒന്നു ചുറ്റിക്കറങ്ങിയിട്ടുവരാം. എന്തോ ഒരു വെളിച്ചം എനിക്ക് കാണാൻ കഴിയുന്നുണ്ട്. അതിപ്പോൾ നഷ്ടപ്പെടുത്തിയാൽ പിന്നെ അതു തിരിച്ചുകിട്ടുമെന്നുതോന്നുന്നില്ല. ”

ദാമിനി എന്നെ അകലേക്കു വിളിച്ചു പറഞ്ഞു: “അയാൾ പറയുന്നതു സൂക്ഷിക്കേണ്ട കാര്യമാണ്. ഒറ്റക്കു കറങ്ങിനടന്നാൽ അയാളെ ആരു സംരക്ഷിക്കും? അയാൾ ഒരിക്കൽ തനിയേ പോയി മടങ്ങി വന്ന പടുതി കണ്ടില്ലേ? ആരൂപം ഇപ്പോഴും എന്നെ വിഷമിപ്പിക്കുന്നു...”

കോപിച്ച തേനീച്ച കുത്തിയതുപോലെയായിരുന്നു ദാമിനിയുടെ ഇടപെടൽ എനിക്കു തോന്നിയത്. ഞാൻ ചോദിച്ചു:

“അങ്കിൾ മരിച്ചശേഷം രണ്ടുവർഷത്തോളം സചിസ് തനിയേ സഞ്ചരിച്ചില്ലേ? അയാൾ ഇപ്പോഴും ജീവനോടെ ഇരിക്കുന്നണ്ടല്ലോ...”

ദാമിനി പറഞ്ഞു:"ഒരാൾക്ക് മരിക്കാൻ കുറേ സമയം വേണമെന്ന് എനിക്കറിയാം. പക്ഷെ നമ്മൾ ഇവിടെ ഉള്ളപ്പോൾ അയാളെ അങ്ങനെ തനിയെ കഷ്ടപ്പെടാൻ വിടുന്നതെന്തിന്?"

നാം എന്നവൾ പറഞ്ഞതിന്റെ പകുതി ഈ ഗതികെട്ട ശ്രീബിലാസാകുന്നു. ഈ ഭൂമിയിൽ ചിലർ കഷ്ടപ്പെടുന്നത് മറ്റുചിലരുടെ കഷ്ടപ്പാടില്ലാതാക്കാനാണ്. ആ രണ്ടുകൂട്ടരേയും കൊണ്ടാണ് ഈ ലോകം കെട്ടിപ്പടുത്തിരിക്കുന്നുത്. ഞാൻ അതിൽ ഏതു വകുപ്പിൽ പെട്ടവനാണെന്നു ദാമിനി വ്യക്തമാക്കിക്കഴിഞ്ഞു. അവൾ എന്നെ അവളുടെ കൂട്ടത്തിൽ കൂട്ടിയതിൽ എനിക്കു സന്തോഷമുണ്ടായി.

ഞാൻ സചിസിന്റെ അരികിൽ ചെന്ന് അയാളോട് പറഞ്ഞു: "സാരമില്ല സുഹൃത്തെ, ഞങ്ങൾ നഗരത്തിലേക്ക് ഉടനെ മടങ്ങുന്നില്ല. കുറേ ദിവസം നമുക്ക് ആ നദീതീരത്തെ പൊളിഞ്ഞ വീട്ടിൽ കഴിയാം. അവിടെ പ്രേതബാധയുണ്ടെന്നാണു വിശ്വാസം. അതുകൊണ്ടു ജനങ്ങളുടെ ശല്യം ഉണ്ടാവില്ല."

"അപ്പോൾ എന്താവും നിങ്ങളുടെ പരിപാടി? "

'പ്രേതങ്ങളെപ്പോലെ നമുക്കും കഴിയുന്നിടത്തോളം ഒളിച്ചിരിക്കാം..."

സചിസ് സംശയത്തോടെ ദാമിനിയെനോക്കി.

ദാമിനി കൈകൂപ്പിക്കൊണ്ടു പറഞ്ഞു: "നിങ്ങളെന്റെ ഗുരുവാണ്. നിങ്ങളെ സേവിക്കാനുള്ള അവകാശം എനിക്കു തരൂ..."

മൂന്ന്

സത്യമായി പറഞ്ഞാൽ സചിസിന്റെ ഈ വിശ്രമമില്ലാത്ത അന്വേഷണം ഞാൻ ഇഷ്ടപ്പെട്ടിരുന്നില്ല. ഒരിക്കൽ ഇങ്ങനെയുള്ള അന്വേഷണങ്ങളുടെ കഥകേട്ടാൽ എനിക്കു ചിരിവരുമായിരുന്നു. ഇപ്പോൾ എനിക്കു സന്ദേഹമില്ല. ഇത് വെറും തരിശുഭൂമിയിലെ തീക്കാഴ്ചയല്ല, ശരിയായ തീതന്നെയാണ്. ഒരിക്കൽ അവനിൽ ഈ ബൗദ്ധികാന്വേഷണത്തിന്റെ അഗ്നി കണ്ടപ്പോൾ അങ്കിളിന്റെ ശിഷ്യനെന്ന നിലയിൽ അതിനെ ലഘുവായി കാണാൻ കഴിഞ്ഞില്ല. ഹെർബർട്ട് സ്പെൻസറോട് അറിവിന്റെ ഉറവിടത്തേക്കുറിച്ച് തർക്കിക്കുന്നതിലെന്തു കാര്യം. അയാളുടെ ഈ ത്വര ഏതുവിശ്വാസത്തിൽ ആരംഭിച്ചെന്നും ഏതു വിശ്വാസത്തിൽ അവസാനിക്കുമെന്നും എനിക്കു പറയാൻ കഴിയുമായിരുന്നില്ല. എനിക്കു കാണാൻ കഴിഞ്ഞത് സചിസ് അകമേ എരിയുന്നതാണ്. അകത്തും പുറത്തും എരിഞ്ഞുകൊണ്ടിരിക്കുന്നു.

അയാൾ ഗുരുവിന്റെ വഴിയും ആടിയും പാടിയും സേവിച്ചും കഴിഞ്ഞിരുന്നത് അയാളിൽ എരിഞ്ഞുകൊണ്ടിരുന്ന അഗ്നിക്ക് ഒരു ബഹിർഗമനം ഒരുക്കിയതായിരുന്നു. ഇപ്പോൾ അയാൾ ശാന്തമായി ആന്തരികധ്യാനത്തിലായതിനാൽ സ്വയം നിയന്ത്രിക്കാൻ കഴിയാതായിരിക്കുന്നു. നിർവൃതിയുടെ കടലിൽ പൊങ്ങുതടിപോലെ നീന്തിനടക്കുന്നതുമിതും ഒരുപോലെയായിരിക്കില്ല. ഇപ്പോൾ അയാളുടെ മുഖത്തുനോക്കുമ്പോൾ നമ്മൾ ഭയന്നുപോകുന്നു. അത്രയ്ക്ക് അസ്വസ്ഥതയാണയാൾ. അയാളുടെ ഉള്ളിൽ ഒരു ഭയങ്കരയുദ്ധം നടക്കുന്നുണ്ട്. ഒരുദിവസം മറ്റൊരു നിവൃത്തിയില്ലാതെ ഞാൻ പറഞ്ഞു:

"സചിസ്, നിങ്ങൾക്കൊരു ഗുരുവിന്റെ ആവശ്യമുണ്ടെന്നു തോന്നുന്നു. ആത്മീയമായ മാർഗ്ഗനിർദ്ദേശങ്ങൾക്ക് നിങ്ങൾക്ക് അവരെ സമീപിക്കാമല്ലോ. "

സചിസിന് അതിഷ്ടപ്പെട്ടില്ല."നിർത്തു ബിസ്രി, നിർത്തൂ. നമ്മൾ എന്തിന് കുറുക്കുവഴികൾ ആരായുന്നു? അവർ നമ്മളെ വഴിതെറ്റിക്കും. കഠിനമായി പ്രവർത്തിച്ചാലേ ഒരാൾക്കു സത്യം കണ്ടെത്താനാവൂ."

"ഞാൻ പറഞ്ഞത് സത്യത്തിൽ വഴിയിലൂടെ നിങ്ങളെ നയിക്കാൻ വേണ്ടിയാണ്."

"ഭൂമിശാസ്ത്രപരമായ ഒരു സത്യത്തിനു പുറകേയല്ല നമ്മൾ. എന്റെ ഈശ്വരൻ എന്റെ ഉള്ളിൽ മാത്രമാണ് ചലിക്കുന്നത്. ഗുരുവിന്റെ വഴി നമ്മളെ ഗുരുവിന്റെ കോർട്ടിലേക്കായിരിക്കും നയിക്കുക."

സചിസ് ആദ്യം പറയുന്നതിനു വിരുദ്ധമായി വീണ്ടും പറയുന്നത് പുതിയ അനുഭവമല്ല. എന്നെ നോക്കൂ പാവമായ ശ്രീബിലാസിനെ. അന്ന് അങ്കിൾ ഉണ്ടായിരുന്നപ്പോൾ ഞാൻ അദ്ദേഹത്തെ ഗുരുവെന്നുവിളിച്ചിരുന്നെങ്കിൽ അദ്ദേഹമെന്നെ വടികൊണ്ട് അടിച്ചോടിക്കുമായിരുന്നു. അത്രയ്ക്ക് അവിശ്വാസിയായിരുന്ന എന്നെ ക്കൊണ്ടാണ് സചിസ് അയാളുടെ ഗുരുവിന്റെ കാലുകൾ തടവിച്ചത്. അതേ ആൾ മാസങ്ങൾക്കുശേഷം എനിക്കിങ്ങനെ ഒരുപദേശം നൽകിയപ്പോൾ ഞാൻ ചിരിച്ചില്ല. നിശബ്ദനായി ഇരുന്നതേഉള്ളൂ.

സചിസ് തുടർന്നു പറഞ്ഞു: "എനിക്കിപ്പോൾ ആ പഴഞ്ചൊല്ലിന്റെ അർത്ഥം ശരിക്കുമനസ്സിലാകുന്നുണ്ട്. ഒരാൾ മറ്റൊരു മതവിശ്വാസം സ്വീകരിക്കുന്നതിൽ നല്ലത് സ്വന്തം മതവിശ്വാസത്തിൽത്തന്നെ മരിക്കുന്നതാണ്.നിങ്ങൾക്കു മറ്റെന്തും കടംവാങ്ങാം. പക്ഷെ നിങ്ങളുടെ മതവിശ്വാസം നിങ്ങളുടെ തന്നെയായിരിക്കണം. അല്ലെങ്കിൽ അതുനിങ്ങളെ രക്ഷിക്കുന്നതിനുപകരം നശിപ്പിക്കുകയായിരിക്കും ചെയ്യുക. എന്റെ ദൈവം ഒരു

പിടിപിച്ചക്കാശായി എന്നിലേക്കു വരികയില്ല. എന്നെക്കൊണ്ടു കഴിയുമെങ്കിൽ എനിക്കുമാത്രമെ അതിനെ കണ്ടെത്താൻ കഴിയുകയുള്ളൂ. അതല്ലെങ്കിൽ ആ പരിശ്രമത്തിൽ മരിക്കുകയാണു നല്ലത്."

ഞാൻ സ്വതവേ തർക്കുത്തരം പറയുന്നവനാണ്. എന്തും അങ്ങ് വെറുതെ വിട്ടുകൊടുക്കുന്നവനല്ല. ഞാൻ പറഞ്ഞു: "ഒരു കവി സ്വന്തം കവിതയേത്തേടി അയാളുടെ ഹൃദയാന്തർഭാഗത്തുപ്രവേശിക്കുന്നു. എന്നാൽ കവിയല്ലാത്ത ഒരാൾ അതു കടം വാങ്ങേണ്ടിവരുന്നു."

എന്റെ കണ്ണിൽ നോക്കിക്കൊണ്ടു സചിസ് പറഞ്ഞു: "ഞാൻ കവിയാണ്.'

എനിക്കു വിസ്മയമുണ്ടായില്ല. അതങ്ങനെ കഴിഞ്ഞു.

ഞങ്ങൾ നദിക്കരയിൽ താമസമാക്കി. സചിസിന് ഒന്നിനും ഒരു നിഷ്ഠ ഉണ്ടായിരുന്നില്ല. അയാൾക്ക് ഭക്ഷണമോ ഉറക്കമോ നിർബന്ധമില്ലായിരുന്നു. രാകിരാകി കനം കുറഞ്ഞ കത്തിപോലെ അയാൾ ദിവസം ചെല്ലുന്തോറും മെലിഞ്ഞുമെലിഞ്ഞു വന്നു. എനിക്ക് ഇടപെടാനുള്ള ധൈര്യമില്ലായിരുന്നു. ദാമിനിക്കാണെങ്കിൽ വളരെ വിഷമവും. അവൾ ദൈവത്തോടാണു കോപിച്ചതെല്ലാം. അവിശ്വാസികളേയും തട്ടിപ്പുകാരേയും രക്ഷിച്ചുനിർത്തുന്ന ദൈവം വിശ്വാസികളുടെ മേൽ അധികാരം സ്ഥാപിക്കുകയാണ്. ലീലാനന്ദസ്വാമികളോടുള്ള അമർഷം അവൾ ഒട്ടും ഒളിപ്പിച്ചുവെച്ചില്ല. എന്നാൽ സ്വാമിയെപ്പോലെ കയ്യെത്തും ദൂരത്തല്ലല്ലോ ദൈവം...

സചിസിനെ ഒരു ചിട്ടയിൽ കൊണ്ടുവരികയും അയാളുടെ നിയന്ത്രണമില്ലാത്ത ജീവിതത്തിനു നിയന്ത്രണം ഉണ്ടാക്കുകയുമായിരുന്നു അവളുടെ ലക്ഷ്യം. സചിസ് ആദ്യം അവളോട് എതിർപ്പൊന്നും പ്രകടിപ്പിച്ചില്ല. ഒരു പ്രഭാതത്തിൽ അയാൾ നദി കുറുകെ കടന്ന് എതിർവശത്തുള്ള മണൽത്തിട്ടയിൽപ്പോയി ഇരിപ്പായി. സൂര്യൻ കിഴക്കിന്റെ പടവുകൾ മുഴുവനും കയറിയിട്ടും അയാൾ അവിടെത്തന്നെ ഇരുന്നു. ദാമിനി ഭക്ഷണമുണ്ടാക്കി ഒന്നും കഴിക്കാതെ അയാൾക്കുവേണ്ടി കാത്തിരിക്കുകയായിരുന്നു. സൂര്യൻ പടിഞ്ഞാട്ടു ചായാൻ തുടങ്ങിയപ്പോൾ അവളുടെ ക്ഷമ നശിച്ചു. അവൾ ഭക്ഷണവും പാത്രത്തിലാക്കി മുട്ടോളം വെള്ളത്തിലൂടെ നടന്ന് അക്കരെയെത്തി. അവിടം ശാന്തവും വിജനവുമായിരുന്നു. സൂര്യതാപമേറ്റ മണൽത്തിട്ട പൊള്ളുന്നുണ്ടായിരുന്നു. ശൂന്യതയുടെ കാവൽക്കാരെപ്പോലെ അവ തലയുയർത്തിനിന്നിരുന്നു.

വിശാലമായ മണൽപ്പരപ്പിന്റെ നടുവിൽ നിന്നപ്പോൾ ദാമിനിക്കു വിമ്മിട്ടമുണ്ടായി. അയാളെ അവിടെങ്ങും കാണാതെ അവൾ ഉറക്കെ വിളിച്ചു.

പലവട്ടം വിളിച്ചിട്ടും മറുപടി ഉണ്ടായില്ല. പ്രാക്തനമായ ഒരു വെളുപ്പല്ലാതെ പച്ചയോ ചുവപ്പോ മറ്റുനിറങ്ങളോ അവിടെ കാണാനില്ലായിരുന്നു. ഒരു തലയോട്ടിയുടെ ചിരിപോലെ ഭയാനകം. അമിതവലുപ്പമുള്ള ഒരു വരണ്ട നാവ് കത്തുന്ന ആകാശത്തിനുനേരെ നീണ്ടു ചെല്ലുന്നതായി അവൾക്കു തോന്നി.

എന്തു ചെയ്യണമെന്നു നിശ്ചയമില്ലാതെ നിൽക്കുമ്പോൾ മണലിൽ അവൾപാദമുദ്രകൾ കണ്ടു. അവയെ നോക്കിനോക്കി പിന്തുടർന്ന് അവൾ ഒരു ചതുപ്പുനിലത്തെത്തി. അവയുടെ ഓളങ്ങളിലെ ചേറിൽ എണ്ണമറ്റ പക്ഷിക്കാലുകൾ പതിഞ്ഞു കിടക്കുന്നുണ്ടായിരുന്നു. അവിടെ ഒരു മണൽക്കൂനയുടെ നിഴലിൽ സചിസ് ഇരിക്കുന്നത് അവൾ കണ്ടു. മുമ്പിൽ കെട്ടിക്കിടക്കുന്ന ജലത്തിൽ ആഴത്തിന്റെ നീലിമ ദൃശ്യമായിരുന്നു. വക്കിൽ വിശ്രമിക്കുകയായിരുന്ന ഒരു മീൻകൊത്തിപക്ഷി കറുപ്പും വെളുപ്പുമായ അതിന്റെ ചിറകുകൾ വിടർത്തിക്കൊണ്ടു നീങ്ങിപ്പോയി. അപ്പുറം ഒരുപറ്റം ബ്രാഹ്മണി താറാവുകൾ ചുണ്ടുകൾകൊണ്ടു ചിറകുകൾ കൊത്തിമിനുക്കുന്നുണ്ടായിരുന്നു. ദാമിനിയെകണ്ടപ്പോൾ അവ പരിഭ്രമത്തോടെ കൂവി വിളിച്ച് ചിറകുകൾ വിരിച്ചു പറന്നു.

ദാമിനിയെ അരികിൽ കണ്ടപ്പോൾ സചിസ് രോഷത്തോടെ ചോദിച്ചു:

"നീ എന്തിന് ഇവിടെ വന്നു? "

"ഞാൻ ഭക്ഷണം കൊണ്ടുവന്നതാണ്."

അവൾ വിനീതയായി പറഞ്ഞു.

"ഞാൻ കഴിക്കുന്നില്ല."

"വളരെ താമസിച്ചുപോയി ഇപ്പോൾ"

"ഇല്ല"

"ഞാൻ കാത്തുനിൽക്കാം. വിശപ്പായില്ലെങ്കിൽ അല്പം കഴിഞ്ഞു ഭക്ഷിച്ചാൽ മതി."

"കാത്തുനിൽക്കാനോ...എന്തിനുനീ? "

അയാൾ ജ്വലിപ്പിക്കുംമട്ടിൽ നോക്കി.

അവളുടെ മുഖം താണു. എന്തോ കടുത്ത നൈരാശ്യത്തിലെന്ന പോലെ കൈകൾ ശിരസ്സിലൂന്നി. അതു കണ്ടപ്പോൾ സചിസിന് ഒന്നും പറയാൻ കഴിഞ്ഞില്ല. അവൾ പാത്രം കയ്യിലെടുത്ത് പൊള്ളുന്ന മണലിലൂടെ തിരിഞ്ഞുനടന്നു...

സന്ധ്യക്ക് നിലത്തു കാലുകൾ നീട്ടിവെച്ച് ഒരു മൂലക്ക് അവൾ ഇരിക്കുന്നത് ഞാൻ കണ്ടു. ശോകമൂകമായ ഇരിപ്പ് എന്നെ കണ്ടപ്പോൾ ആ

കണ്ണുകൾ നിറഞ്ഞൊഴുകി. എനിക്കു നെഞ്ചിൽ ഒരു കുത്തനുഭവപ്പെട്ടു. ഞാൻ ചോദിച്ചു:

“സചിയുടെ ആരോഗ്യത്തെ സംബന്ധിച്ചു നീ കൂടുതൽ വിഷമിക്കുന്നതെന്തിന്?'

“മറ്റെന്തുകാര്യത്തിനാണ് ഞാൻ വിഷമിക്കേണ്ടത്? മറ്റെല്ലാവിഷമങ്ങളും അയാൾ സ്വയം ഏറ്റെടുത്തിരിക്കുകയല്ലേ? അതെന്തെല്ലാമാണെന്ന് എനിക്കറിഞ്ഞുകൂടാ. അതിനെനിക്കൊന്നും ചെയ്യാനുമാവില്ല.”

“നോക്കൂ, ദാമിനി,” ഞാൻ പറഞ്ഞു, ഒരാൾ അയാളുടെ എല്ലാ ശക്തിയുമുപയോഗിച്ചു എന്തിനോടോ ഏതിനോടോ മല്ലടിക്കുമ്പോൾ അയാളുടെ ശാരീരികമായ ആവശ്യങ്ങൾ കുറഞ്ഞു കുറഞ്ഞു വരുന്നു. അതുകൊണ്ടാണ് അധികദുഃഖമോ അധികസന്തോഷമോ ഉണ്ടാകുമ്പോൾ നമുക്കു വിശപ്പോ ദാഹമോ തോന്നാതിരിക്കുന്നത്. ആ ആവശ്യങ്ങളുണർത്തുന്ന ബോധം നമുക്കില്ലാതാവുകയാണ്. നീ ഇപ്പോൾ അയാളെക്കുറിച്ച് വിഷമിക്കാതിരുന്നാൽ ഇന്നത്തെ പരിതസ്ഥിതിയിൽ അയാൾക്കൊരാപത്തും സംഭവിക്കുകയില്ല. ”

“ഞാനൊരു സ്ത്രീയാണ്,”ദാമിനി പറഞ്ഞു,' ഞങ്ങളുടെ രക്തവും മാംസവും കൊണ്ടാണ് ഞങ്ങൾ ജീവനെ പോഷിപ്പിക്കുന്നത്. അതു ഞങ്ങളുടെ പ്രകൃതിയിലുള്ളതാകുന്നു. ശരീരം തന്നെ ഞങ്ങളുടെ സൃഷ്ടിയാവുമ്പോൾ അതു കഷ്ടപ്പെടുന്നതുകണ്ടാൽ ഞങ്ങളുടെ ഹൃദയം വേദനിക്കും.”

“അതുകൊണ്ടാണോ ആത്മാവിൽ മുഴുകി ഇരിക്കുന്നവർ ശരീരസംരക്ഷകരായ നിങ്ങളെ ശ്രദ്ധിക്കാതിരിക്കുന്നത്?'

ദാമിനി രോഷം കൊണ്ടു:

“എന്ത് അവർ ശ്രദ്ധിക്കുന്നില്ലെന്നോ? ഒരിക്കൽ ശ്രദ്ധിച്ചാൽ അവർ ഈ ലോകം തന്നെ കീഴ്മേൽ മറിക്കും. ”

നീ പ്രതീക്ഷിക്കുന്നതു സംഭവിച്ചു കാണാനുള്ള നിന്റെ ആഗ്രഹം അതിരറ്റതാണെന്നു ഞാൻ സ്വയം പറഞ്ഞു. ശ്രീബിലാസിന്റെ കാര്യത്തിൽ അയാളെപ്പോലുള്ള ചപലമാനസരെ നേരിടാനുള്ള യോഗ്യത അടുത്തജന്മത്തിലെങ്കിലും നിനക്കുണ്ടാവട്ടെ!

നാല്

മണൽത്തിട്ടിൽനിന്ന് വേദനയോടെ ദാമിനി നോക്കിയ നോട്ടം സചിസിന് അയാളുടെ മനസ്സിൽനിന്ന് മായ്ച്ചുകളയാൻ കഴിഞ്ഞില്ല. അവളെ

സമാധാനിപ്പിക്കാനെന്നവണ്ണം അയാൾ അവളോടു കൂടുതൽ സൗഹൃദം ഭാവിച്ചു. കൂടുതൽ സമയം അവളോടൊത്തു ചെലവഴിക്കുകയും ചെയ്തു. അതുവരെ ഞങ്ങളോടു പറയാതിരുന്ന കാര്യങ്ങൾ അയാൾ അവളോടു പറഞ്ഞു, ഉള്ളിലുള്ള വിചാരങ്ങളും ചിന്തകളും ഉൾപ്പെടെ.

അയാളുടെ അകൽച്ചയേക്കാൾ ഈ അടുപ്പം കാട്ടൽ ദാമിനിയെ കൂടുതൽ ഭയപ്പെടുത്തി. ഈ അടുപ്പം അധികനാൾനിലനിൽക്കുന്നതല്ലെന്ന് അവൾക്കറിയാമായിരുന്നു. നിലനിർത്താൻ അയാൾ ശ്രമിച്ചാൽ അതിന് അയാൾ വലിയവില നൽകേണ്ടിവരും. അതു തിരിച്ചറിയുന്ന ഒരു ദിവസമുണ്ടാവുമെന്നും അന്നു സചിസ് താൻ നഷ്ടപ്പെടുത്തിയതിനെക്കുറിച്ചു ഖേദിക്കുമെന്നും അവൾ ഊഹിച്ചു. പിന്നെയും പഴയതുപോലെ പ്രയാസങ്ങളുണ്ടാവും.

സചിസ് ഇപ്പോൾ അനുസരണയുള്ള കുട്ടിയെപ്പോലെ തന്റെ ദിനചര്യയിൽ ശ്രദ്ധിക്കുന്നു. ദാമിനിക്കതുകണ്ടു ഭയമാണു തോന്നിയത്. അയാൾ തൻകാര്യങ്ങളിൽ ശ്രദ്ധിക്കാതിരിക്കുന്നതായിരുന്നു അവൾക്കു കൂടുതൽ അഭികാമ്യം.

അവൾ സ്വയം പറഞ്ഞു:"എന്നെ അന്നു നിങ്ങൾ വലിച്ചെറിഞ്ഞു. ഈ ഔൽസുക്യം നിങ്ങൾ സ്വയം ശിക്ഷിക്കുന്ന ഒരു വഴിയാണ്. എനിക്കതു സഹിക്കാൻ കഴിയുമോ?"

അവളുടെ ആശങ്ക തീർന്നിരുന്നില്ല. അവൾ പിന്നീടൊരിക്കൽ പറഞ്ഞു:

"മതിയായി എനിക്ക്. ഒരിക്കൽക്കൂടി അയൽക്കാരുടെ സൗഹൃദം തേടി എനിക്കു പോകേണ്ടിവരുമെന്നാ തോന്നുന്നത്.... "

ഒരു ദിവസം രാത്രിയിൽ ഉറക്കെ ഒരു വിളികേട്ടു:"ബിസ്രി,ദാമിനി," അപ്പോൾ സമയം ഒരുമണി കഴിഞ്ഞിരിക്കണം. വിളിക്കുന്നത് സചിസാണ്. അയാൾക്കു സ്ഥലകാലബോധം ഉണ്ടായിരുന്നില്ല. അയാൾ ആ രാത്രിയിൽ എന്തു ചെയ്യുകയായിരുന്നെന്ന് ഞങ്ങൾക്കറിയാമായിരുന്നില്ല. ആ പഴയ ബംഗ്ലാവിലെ പ്രേതങ്ങൾക്കുപോലും അന്ന് അസഹ്യമായ ചൂടനുഭവപ്പെട്ടിരിക്കണം

ഞങ്ങൾ പെട്ടെന്ന് പുറത്തിറങ്ങിയപ്പോൾ കണ്ടത് സചിസ് വീടിനുമുമ്പിൽ ഇരുട്ടത്തുനിൽക്കുന്നതാണ്. അയാൾ ഉറക്കെ പറഞ്ഞു:"എനിക്കതു കിട്ടി ഇപ്പോൾ. ഒരു സംശയവും കൂടാതെ കിട്ടി."

ദാമിനി പുറത്തേക്കിറങ്ങുന്നവഴിയിലിരുന്നു. ഞാനും അങ്ങനെ ചെയ്തു. അയാൾ ഓർമ്മയില്ലാതെ ഞങ്ങളുടെ ഇടയിൽത്തന്നെ ഇരുന്നു. എന്നിട്ട് എന്തോ കണ്ടെത്തിയ മട്ടിൽ ഉദ്ഘോഷിച്ചു.

"അവൻ വരുന്ന വഴിയിലൂടെ ഞാൻ പോയാൽ ഞാൻ അവനിൽനിന്ന് അകലുകയായിരിക്കും ഫലം. അവനെ ബന്ധിക്കണമെങ്കിൽ ഞാൻ എതിർവഴിയിലൂടെ പോകണം.'

അയാളുടെ തിളങ്ങുന്ന കണ്ണുകളിലേക്ക് ഞാൻ തുറിച്ചു നോക്കി. അയാൾ പറഞ്ഞതു ക്ഷേത്രഗണിതപ്രകാരം ശരിയാണ്. പക്ഷെ എന്തു കാര്യമാണ് അയാൾ പറഞ്ഞുകൊണ്ടുവരുന്നത്?

സചിസ് തുടർന്നു: "അവൻ രൂപത്തിലേക്കിറങ്ങിവരുന്നുണ്ട്. അവൻ രൂപത്തെ സ്നേഹിക്കുന്നു. നമുക്കു നമ്മുടെ രീതിയിൽ രൂപം കൊണ്ടു മാത്രം ജീവിക്കാനാവില്ല. അതിനാൽ നാം രൂപമില്ലാത്തതിനുപുറകെ പായുന്നു. അവൻ സ്വതന്ത്രനായതിനാൽ അസ്വാതന്ത്ര്യത്തിൽ ആർത്തുല്ലസിക്കുന്നു. നമ്മൾ ബന്ധനത്തിലായതിനാൽ നമ്മുടെ ആനന്ദം നിലകൊള്ളുന്നത് സ്വാതന്ത്ര്യത്തിലാകുന്നു. ഈ ലളിതസത്യം മനസ്സിലാകാത്തതാണ് നമ്മുടെ വിഷമങ്ങൾക്കെല്ലാം കാരണം."

ഞങ്ങൾ കുറച്ചുനേരം നക്ഷത്രങ്ങളുടെ മൗനത്തിൽ പങ്കുചേർന്നു.

"ദാമിനിക്കു മനസ്സിലായില്ലേ?" സചിസ് വിശദീകരിച്ചു,"പാട്ടുപാടുന്ന ആൾ ആനന്ദത്തിൽനിന്നും സംഗീതത്തിന്റെ രൂപത്തിലേക്കു നീങ്ങുന്നു. പാട്ടുകേൾക്കുന്നവർ സംഗീതത്തിന്റെ രൂപത്തിൽനിന്നും ആനന്ദത്തിലേക്കു നീങ്ങുന്നു. ഒരാൾ ബന്ധനത്തിൽനിന്നു സ്വാതന്ത്ര്യത്തിലേക്കും അപരൻ സ്വാതന്ത്ര്യത്തിൽനിന്നു ബന്ധനത്തിലേക്കും നീങ്ങിയാൽ മാത്രമേ അവർ തമ്മിൽ സന്ധിക്കുകയുള്ളൂ. അവർ പാടുന്നു, നാം കേൾക്കുന്നു. അവർ സ്വയം രൂപമായി സ്വയം ബന്ധിക്കുന്നത് നമ്മളെ ശ്രദ്ധിപ്പിക്കാൻ വേണ്ടിയാണ്. കേൾക്കാൻവേണ്ടി നമ്മൾ ആ രൂപത്തിൽനിന്നും ബന്ധമുക്തി തേടുന്നു."

അയാൾ പറഞ്ഞത് എന്തെങ്കിലും ദാമിനിക്കു മനസ്സിലായെന്നു ഞാൻ കരുതുന്നില്ല. പക്ഷെ സചിസിനെ അവൾ നല്ലപോലെ മനസ്സിലാക്കിക്കഴിഞ്ഞിരുന്നു. അവൾ മടിയിൽ കൈവെച്ചുകൊണ്ട് നിശ്ചലയായി ഇരിക്കുകയായിരുന്നു.

സചിസ് തുടർന്നു: "ഞാനിത്രനേരവും ആ ഇരുട്ടുമൂലക്ക് ഏകാന്തമായിരുന്ന് പ്രഭുവിന്റെ ഗാനം ശ്രദ്ധിക്കുകയായിരുന്നു. പൊടുന്നനെ എല്ലാം തെളിഞ്ഞുവന്നു.കണ്ടെത്തലിന്റെ ആ അനുഭൂതിയിൽ എനിക്കു സ്വയം നിയന്ത്രിക്കാൻ കഴിഞ്ഞില്ല. അതുകൊണ്ടാണ് നിങ്ങളെ വിളിച്ചുണർത്തിയത്. ഇത്രനാളും ഞാൻ സ്വയം വഞ്ചിക്കുകയായിരുന്നെന്ന് ഇപ്പോൾ മനസ്സിലായി. കാരണം ഞാൻ അവനെ എന്റെ ചിന്തകൾക്കനുസരണ

മായി രൂപപ്പെടുത്താൻ തുടങ്ങിയിരിക്കുന്നു. ഓ എന്റെ നാശകാ, ഞാൻ ഒരു കോടി കഷണങ്ങളായി ചിതറി നിന്നിൽ അലിഞ്ഞുചേരും. എന്നെന്നേക്കുമായി! എനിക്ക് ഒരു ബന്ധനത്തിനും നിന്നുകൊടുക്കാനാവില്ല. കാരണം ഒരു ബന്ധനവും ഞാനല്ല ഉണ്ടാക്കുന്നത്. നീയാണ്. നിന്റെ സൃഷ്ടിയിൽ നീ എന്നും ബന്ധിക്കപ്പെട്ടിരിക്കുന്നു. കാരണം അതു നിന്റേതു തന്നെയാണ്. അതങ്ങനെ സംഭവിച്ചുകൊണ്ടിരിക്കുന്നു. ഞാൻ നിന്നിൽ പരിധിയിലില്ലായ്മ തേടുമ്പോൾ നീ എന്നിൽ സ്വയം പരിധി സൃഷ്ടിക്കുന്നു...

അനന്തതേ, നീ എന്റേതാകുന്നു, നീ എന്റേതാകുന്നു.

അഞ്ച്

ആ രാത്രി മുതൽ തന്റെ പഴയശീലങ്ങളിലേക്കു വഴുതി വീണു സചിസ്. ഉണ്ണാനും ഉറങ്ങാനും ശ്രദ്ധയില്ലാതായി. അയാളുടെ മനസ്സ് എപ്പോൾ വെളിച്ചത്തിനുനേരെ ഉയരുമെന്നോ എപ്പോൾ ഇരുട്ടിലേക്കു താണുപോകുമെന്നോ അറിയാൻ കഴിയുമായിരുന്നില്ല. ഒരു അരുമക്കുട്ടിയെ എന്നപോലെ അയാളെ ശുശ്രൂഷിക്കാനും സംരക്ഷിക്കാനുമുള്ള ചുമതല സ്വയം ഏറ്റെടുത്തവളുടെ കാര്യമോ?

അവളെ ദൈവം രക്ഷിക്കട്ടെ!

അത്യുഷ്ണമുള്ള ഒരു ദിവസം രാത്രിയിൽ ഭയങ്കരമായ കൊടുങ്കാറ്റടിച്ചു. ഞങ്ങൾ ഒരു നിരയിലുള്ള മൂന്നുമുറികളിൽ ഉറങ്ങുകയായിരുന്നു. വരാന്തയിൽ ഒരു മണ്ണെണ്ണവിളക്കു കത്തിച്ചുവെച്ചിരുന്നു. കാറ്റുവിളക്കുതീകെടുത്തി. അരികിലുള്ള നദി ഇളകി മറിഞ്ഞു. കൊടുങ്കാറ്റിനൊപ്പം ആകാശം പൊട്ടി ഒഴുകി. ഭയങ്കരമഴ. നദിയും ആകാശവും താഴെയും മുകളിലുമായി ഭീകരമായ ഇലത്താളം പോലെ ലോകാവസാനത്തെ സൂചിപ്പിക്കുംമട്ടിൽ ഗർജ്ജിച്ചുകൊണ്ടിരുന്നു. ഇരുട്ടിന്റെ ഗർഭത്തിൽ എന്താണുള്ളതെന്നു തിരിച്ചറിയാൻ കഴിഞ്ഞില്ലെങ്കിലും അതിന്റെ നൂറുനൂറുശബ്ദങ്ങൾ ആകാശത്തെ വിറകൊള്ളിച്ചുകൊണ്ടിരുന്നു. മുളങ്കൂട്ടങ്ങൾ അനാഥപ്രേതങ്ങളെപ്പോലെ ഭീതിജനകമാംവണ്ണം മൂളികൊണ്ടിരുന്നു. കുലുങ്ങുന്ന ഞങ്ങളുടെ വീട്ടിൽ കയറിയിറങ്ങിയകാറ്റ് അതിനെ ഒരു ഭയന്ന മൃഗത്തെപ്പോലെ കരയിപ്പിച്ചു.

ഇത്രയും ഭീകരമായ ഒരു രാത്രിയിൽ മനസ്സിന്റെ വാതിലുകളും ജാലകങ്ങളും തുറന്നു പോവാറുണ്ട്. കാറ്റുവീട്ടിനുള്ളിൽ കടന്നു ജംഗമസാധനങ്ങൾപറത്തിവിടുന്നു. ഉറപ്പിച്ചതിനെയെല്ലാം ഇളക്കിയെടുക്കുന്നു. കർട്ട

നുകൾ ചുരുട്ടിയെറിയുന്നു. ഞങ്ങൾക്ക് ഉറങ്ങാൻ കഴിയുമായിരുന്നില്ല. അങ്ങനെ കിടക്കുമ്പോൾ മനസ്സിൽ പലമാതിരി ചിന്തകൾ തിങ്ങിക്കൂടിവരുന്നു.

സചിസിന്റെ മുറിയിൽ ഒരലർച്ച. ഇരുട്ടിലിരുന്നു സചിസ് ചോദിക്കുന്നു:"ആരാ അവിടെ?"

മറുപടി വന്നു.

"ഞാനാ ദാമിനി. ജനലടക്കാൻ വന്നതാ. മഴവെള്ളം തുറന്ന ജനലിലൂടെ ഉള്ളിൽക്കടക്കുന്നു.'

ദാമിനി ജാലകമടക്കുമ്പോൾ സചിസ് ചാടി എഴുന്നേറ്റു. ഒരു നിമിഷം എന്തോ ആലോചിച്ചുനിന്നതിനുശേഷം പുറത്തേക്കോടി. പുറത്ത് ഇടിയും മിന്നലും മഴയും. ദാമിനിക്കു നോക്കിനിൽക്കാൻ കഴിഞ്ഞില്ല. അവളും അയാളുടെ പിന്നാലെ പുറത്തേക്കിറങ്ങി. കൊടുങ്കാറ്റിൽ മുമ്പോട്ടുനീങ്ങുക പ്രയാസമായിരുന്നു. വായുഭഗവാന്റെ സേവകർ അവളെ ക്രൂരമായി ഉലച്ചും തടഞ്ഞും വലച്ചുകൊണ്ടിരുന്നു. ഇരുട്ടുനാലുഭാഗത്തും കട്ടിയായിനിൽക്കുകയാണ്. മഴ ആകാശത്തിന്റെ എല്ലാ ചുളിവുകളും ഞൊറിവുകളും തകർത്ത് അലറിപെയ്യുകയായിരുന്നു. ദാമിനിക്ക് ആശ്വാസം ലഭിക്കണമെങ്കിൽ അവളും മഴപോലെ കരഞ്ഞുതീർന്നേമതിയാവൂ.

ഇരുട്ടിലും മഴയിലും ദിക്കറിയാതെ അവൾ വിഷമിക്കുന്നതിനിടയിൽ ഒരു കൊള്ളിയാൻ മിന്നി. ആകാശത്തിന്റെ ഒരറ്റം മുതൽ മറ്റേ അറ്റം വരെ മിന്നൽ ഇരുട്ടിനെ വെട്ടിപ്പിളർന്നു. ഒരു നിമിഷം ദാമിനി അയാളെ കണ്ടു, നദിക്കരയിൽ അപകടകരമായചുറ്റുപാടിൽ. അവൾ പ്രയാസപ്പെട്ട് ഓടിച്ചെന്ന് അയാളുടെ കാൽക്കൽവീണു.

"ഇല്ല, വേണ്ടാത്തതൊന്നും ഞാൻ ചെയ്തിട്ടില്ല. ഒന്നും അതിലംഘിച്ചിട്ടില്ല. പിന്നെന്തിന് എന്നെ ഇങ്ങനെ ശിക്ഷിക്കുന്നു...?

സചിസ് മടങ്ങിവന്നു. വീട്ടിലേക്കു പ്രവേശിക്കുമ്പോൾ അയാൾ തണുത്തുവിറച്ചുകൊണ്ടു പറഞ്ഞു: "ഞാൻ അന്വേഷിക്കുന്ന ആളെ ഇപ്പോൾ എനിക്കാവശ്യമുണ്ട്. എനിക്ക് മറ്റൊന്നും ആവശ്യമില്ല. എന്നോടു ദയ കാണിക്കൂ, ദാമിനി. എന്നെ വിട്ടേക്കൂ.."

ദാമിനി എതിർത്തില്ല:"നിങ്ങളുടെ ഇഷ്ടം പോലെ. ഞാൻ പോകുന്നു"

അവർ രണ്ടുപേരുമല്ലാതെ ഞാനിക്കാര്യങ്ങളൊന്നും അറിഞ്ഞിരുന്നില്ല. ആ രാത്രി സംഭവം പിന്നീടു ദാമിനി വിശദമായി എന്നോടുപറയുകയായിരുന്നു. അവർ അവരുടെ മുറികളിൽ മടങ്ങിപ്പോകുന്നതുമാത്രം ഞാൻ എന്റെ കിടക്കയിലിരുന്നു കണ്ടു. അന്നേരം ഏതോ ദുർവിധി എന്റെ

നെഞ്ചത്തിരുന്ന് എന്റെ തൊണ്ടക്ക് പിടിമുറുക്കുകയാണെന്ന് എനിക്കു തോന്നി. ഞാൻ ഞെട്ടലോടെ എഴുന്നേറ്റിരുന്നു. പിന്നെ ഉറങ്ങിയില്ല.

അടുത്തപ്രഭാതത്തിൽ ദാമിനിയെ കണ്ടപ്പോൾ അവളുടെ രൂപം തന്നെ മാറിയിരുന്നു. രാത്രിയിലെ കൊടുങ്കാറ്റ് അതിന്റെ മരണനൃത്തത്തിന്റെ പാദമുദ്രകൾ അവശേഷിപ്പിച്ചത് ആ സ്ത്രീയിലാണെന്ന് തോന്നിപ്പോയി. സംഭവിച്ചത് അന്നേരം കൃത്യമായി ഞാനറിഞ്ഞില്ലെങ്കിലും അന്നേരം എനിക്കു സചിസിനോടു ദേഷ്യം തോന്നി.

ദാമിനി എന്നോടപേക്ഷിച്ചു:"ശ്രീബിലാസ് ബാബു, എന്നെ കൽക്കത്തക്കുകൊണ്ടുപോകൂ'

ദാമിനി അങ്ങനെ പറയണമെങ്കിൽ അവൾ എത്രമാത്രം വേദനിച്ചിരിക്കാമെന്നു ഞാൻ ഊഹിച്ചു. എന്റെ വിഷമം അല്പം കുറഞ്ഞു. കപ്പൽ പാറയിൽ മുട്ടിത്തകർന്നിരുന്നു. ഇനി ദാമിനി പോകുന്നതു തന്നെയാണു നല്ലത്.

യാത്രപറയാൻ നേരം ദാമിനി സചിസിന്റെ പാദങ്ങൾ തൊട്ടുമാപ്പപേക്ഷിച്ചു. സചിസ് പറഞ്ഞു:

"ഞാൻ അതിക്രമം കാണിച്ചിട്ടുണ്ട്. പക്ഷെ നിന്റെ മാപ്പ് അതെല്ലാം കഴുകിക്കളയുന്നു"

കൽക്കത്തയ്ക്കുള്ള യാത്രയിൽ ഞാൻ ദർശിച്ചതു ദാമിനിയുടെ ഉള്ളിലെ തീയായിരുന്നു. സചിസിനെതിരെ അമർഷത്തിന്റെ വാക്കുകൾ ഉപയോഗിച്ചപ്പോൾ അവൾ എന്നെത്തടഞ്ഞു:"അയാളെക്കുറിച്ച് എന്നോട് അങ്ങനെ സംസാരിക്കരുത്. അയാൾ എന്നെ എങ്ങനെ എന്നിൽനിന്ന് രക്ഷപ്പെടുത്തിയെന്നു നിങ്ങൾക്കറിയുമോ? നിങ്ങൾക്കു ഞാൻ സഹിച്ചതിനേക്കുറിച്ചേ അറിയൂ. എന്നെ ഒഴിവാക്കാൻ വേണ്ടി അയാൾ എത്ര സഹിച്ചുവെന്നുനിങ്ങൾക്കറിയില്ല. രാക്ഷസൻ സൗന്ദര്യത്തെ കൊല്ലാൻ ശ്രമിക്കുന്നതുപോലെയുള്ള ശ്രമത്തിൽ എന്റെ നെഞ്ചിൽ തൊഴിയേറ്റു... എല്ലാം നല്ലതിനുവേണ്ടി, നല്ലതിനുവേണ്ടി..."

അവൾ പലവട്ടം നെഞ്ചുതടവിക്കൊണ്ട് ഈ വാക്കുകൾ ആവർത്തിച്ചു. ഞാൻ അവളുടെ കയ്യിൽപ്പിടിച്ച് അവളെ സമാധാനിപ്പിക്കാൻ ശ്രമിച്ചു.

കൽക്കത്തയിലെത്തിയശേഷം ഞാൻ ദാമിനിയെ അവളുടെ അമ്മാവിയുടെ വീട്ടിലാക്കിയശേഷം പരിചയത്തിലുള്ള ഒരു പഴയലോഡ്ജിലേക്കുപോയി. പഴയപരിചയക്കാർ എന്നെ അത്ഭുതത്തോടെ നോക്കി. ചിലർ ചോദിച്ചു:"നിനക്കെന്താ സുഖമില്ലേ?"

അടുത്ത ദിവസം ആദ്യത്തെ പോസ്റ്റിൽ എനിക്കു ദാമിനിയുടെ കത്തു

കിട്ടി. അമ്മാവിയുടെ അടുത്ത് അവൾക്കു താമസിക്കാനാവില്ലെന്നും ഉടനെ അവളെ അവിടെനിന്നുമാറ്റണമെന്നുമായിരുന്നു ആവശ്യം. ഞങ്ങൾക്കെതിരെ നഗരത്തിൽ പ്രചരിപ്പിക്കപ്പെട്ട അപവാദകഥകൾ അവളുടെ അമ്മാവി കേട്ടിരുന്നു. ഞങ്ങൾ സ്വാമിയുടെ ഗ്രൂപ്പിൽനിന്നുമാറിയ സമയത്തായിരുന്നു വാരികകൾ അവരുടെ ഹേമന്തപ്പതിപ്പുകൾ ഇറക്കിയത്. ഞങ്ങളെ ബലികഴിക്കാനുള്ള ബലിക്കല്ല് അവർ അതിൽ തയ്യാറാക്കിവെച്ചിരുന്നു. രക്തച്ചൊരിച്ചിലിനും കുറവൊന്നുമുണ്ടായില്ല. വേദങ്ങൾക്കെതിരാണു പെൺബലി എങ്കിലും പത്രക്കാരായ പുരുഷന്മാർക്ക് അതാണ് ആസ്വാദ്യകരം. അപവാദകഥകളിൽ ദാമിനിയുടെ പേരുണ്ടായിരുന്നില്ലെങ്കിലും അത് അവളാണെന്നുകാണിക്കുന്ന സൂചനകൾ ഉണ്ടായിരുന്നു. അതിനാൽ അമ്മാവിയുടെ വീടിന്റെ വാതിൽ ദാമിനിയുടെ മുമ്പിൽ അടഞ്ഞു.

ദാമിനിയുടെ മാതാപിതാക്കൾ മരിച്ചുപോയിരുന്നു. അവളുടെ സഹോദരന്മാർ ജീവിച്ചിരിക്കുന്നുണ്ടെങ്കിലും അങ്ങോട്ടുപോകാൻ അവൾ ഇഷ്ടപ്പെട്ടില്ല. അവർ ദരിദ്രരാണെന്നും അവൾ അവർക്കൊരു ഭാരമാകുമെന്നും അവൾ പറഞ്ഞു. സത്യം അതായിരുന്നില്ല. അമ്മാവിയെപ്പോലെ സഹോദരന്മാരും അവളെ സ്വീകരിക്കാതിരിക്കുകയും അവളുടെ മുമ്പിൽ വാതിൽ വലിച്ചടക്കുകയും ചെയ്താൽ അതു താങ്ങാനുള്ള ശക്തി അവർക്കുണ്ടായിരുന്നില്ല. ഞാൻ ചോദിച്ചു:"ഇനി എവിടെ പോകാനാണ് നീ ജീവിച്ചിരിക്കുന്നത്?"

ഒരു കൂസലുമില്ലാതെ അവൾ പറഞ്ഞു:

"ലീലാനന്ദസ്വാമിയുടെ അടുത്ത്.'

ലീലാനന്ദസ്വാമി! ഞാൻ സ്തബ്ധനായിപ്പോയി. എന്തൊരു വിധിവൈപരീത്യം!

ഞാൻ ചോദിച്ചു. "സ്വാമി നിന്നെ തിരിച്ചെടുക്കുമോ? '

"സന്തോഷത്തോടെ" അവൾ പറഞ്ഞു.

പുരുഷന്മാർ ഏതു രീതിയിലുള്ളവരായാലും അവരെ വിലയിരുത്താൻ കഴിവുള്ളവളായിരുന്നു ദാമിനി. കൂട്ടായി നടക്കുന്നവർക്ക് സത്യത്തേക്കാൾ ആവശ്യം കൂട്ടാകുന്നു. തന്റെ ചുറ്റും കൂടാറുള്ളവരിൽ വ്യത്യസ്തയാണു ദാമിനിയെന്നു സ്വാമിജിക്കറിയാം. അവൾ പക്ഷെ മടങ്ങിച്ചെല്ലുന്നത് അദ്ദേഹത്തോടുള്ള ഇഷ്ടം കൊണ്ടായിരിക്കുകയില്ലല്ലോ.

അങ്ങനെയൊരു വിഷമസന്ധിയിൽ നിൽക്കെ ഞാൻ പറഞ്ഞു: "ഇതിനൊരു പോംവഴിയുണ്ട് ദാമിനി. ഞാനതുപറയട്ടെ..."

"പറഞ്ഞോളൂ, എന്താണ്?'

"നിനക്ക് എന്നെപ്പോലെ ഒരു പുരുഷനെ വിവാഹം കഴിക്കാൻ സാധിക്കുമോ?

ദാമിനി അമ്പരന്നു.

"നിങ്ങളെന്നാ പറയുന്നേ, ശ്രീബിലാസ് ബാബു. നിങ്ങൾക്കു ഭ്രാന്തുണ്ടോ? "

"ഉണ്ടെന്നു വിചാരിച്ചോളൂ. ഭ്രാന്തുള്ളയാൾ ചെയ്യുന്ന നല്ല കാര്യം പ്രയാസകരമായ പ്രശ്നങ്ങൾക്കു പരിഹാരം കണ്ടെത്തുന്നതാണ്. ഭ്രാന്ത് അറബിക്കഥയിലെ മാന്ത്രികചെരുപ്പുപോലെയാകുന്നു. നിമിഷങ്ങൾക്കകം അപ്രധാനമായ ഒത്തിരിക്കാര്യങ്ങൾ അവസാനിക്കുന്നു. "

"അപ്രധാനകാര്യങ്ങളോ? ഇതിൽ ഏതാണ് അപ്രധാനമെന്നു നിങ്ങൾ കരുതുന്നത്?"

"ജനം എന്തു പറയും, നാളെ എന്താവും എന്നൊക്കെയുള്ളത്..."

"യഥാർത്ഥകാര്യമോ?"

"നിനക്കു തോന്നുന്ന യഥാർത്ഥകാര്യം എന്താണ്?"

"ഉദാഹരണത്തിനുപറയാം. നിങ്ങൾ എന്നെ വിവാഹം കഴിച്ചാൽ അതിനുശേഷം എന്തുണ്ടാവുമെന്ന്..."

"അതാണു നീ ഭയപ്പെടുന്ന യഥാർത്ഥകാര്യമെങ്കിൽ അതെനിക്കു നന്മയേ കൊണ്ടുവരികയുള്ളൂ. കാരണം ഇപ്പോഴുള്ളതിൽ മോശമായ ഒരു ജീവിതം എനിക്കൊരിക്കലും ഇനി ഉണ്ടാവുകയില്ല. പ്രതീക്ഷിക്കുന്നതുപോലെ ഒരു മാറ്റം എന്റെ വിധിയിലുണ്ടെങ്കിൽ ഞാൻ രക്ഷപ്പെട്ടേക്കാം. എല്ലാം തിരിഞ്ഞ് മറിഞ്ഞ് ഒടുവിൽ അവിടെയാണെത്തുന്നതെങ്കിൽ ഞാനാശ്വസിക്കും..."

ഞാൻ പറഞ്ഞത് ദാമിനി കേട്ടെങ്കിലും അവൾക്കതിൽ അത്ഭുതമൊന്നും ഉണ്ടായില്ല. ഇതിനൊരു മറുപടി അവളെക്കൊണ്ടു പറയിക്കാൻ ആരും ഒരുമ്പെടുകയില്ലായിരിക്കാം.

പക്ഷെ എനിക്കു മറുപടി ആവശ്യമായിരുന്നു. ഞാൻ തുടർന്നു:"ദാമിനി ഞാൻ സാധാരണ മനുഷ്യരിൽ ഒരാൾ മാത്രമാണ്. അതിലും ചെറുതെന്നു കരുതിക്കോളൂ. പരിഗണിക്കപ്പെടാൻ ഞാനാരുമല്ല. ഞാനുമായി ഒരു വിവാഹം വലിയ സംഭവമൊന്നുമല്ല. അതിനു വിഷമമെന്തിന്?'

ദാമിനിയുടെ കണ്ണുനിറഞ്ഞു. അവൾ പറഞ്ഞു:

"നിങ്ങൾ ഒരു സാധാരണമനുഷ്യനായതിൽ എനിക്കു ദുഃഖമൊന്നുമില്ല."

അവൾ അല്പം ആലോചിച്ചതിനുശേഷം ചോദിച്ചു: "എന്നേക്കുറിച്ച്

അറിയേണ്ടതെല്ലാം അറിഞ്ഞു കഴിഞ്ഞോ?'

ആ പ്രശ്നം അങ്ങനെയങ്ങവസാനിച്ചു. പറഞ്ഞതിൽ കൂടുതൽ കാര്യങ്ങൾ പറയാതെ അവശേഷിക്കുന്നുണ്ടാവാം.

ഇംഗ്ലീഷിലുള്ള അറിവിനേയും എന്റെ ഇംഗ്ലീഷ് പ്രസംഗ പാടവത്തേക്കുറിച്ചും ഞാൻ മുമ്പു സൂചിപ്പിച്ചിട്ടുണ്ടല്ലോ. അതെനിക്കു കുറേ ആരാധകരേയും സുഹൃത്തുക്കളേയും ഉണ്ടാക്കിത്തന്നിട്ടുണ്ടായിരുന്നു. കൽക്കത്തയിൽ ഞാനില്ലാതിരുന്ന കാലത്ത് പലരും എന്നെ മറന്നുപോയിരുന്നു. എന്നാൽ നരേൻ അത്തരക്കാരനായിരുന്നില്ല. എന്റെ കഴിവുകൾ അയാളെ വിസ്മയിപ്പിച്ചിരുന്നു. ഞാൻ പുതിയ യുഗത്തിന്റെ വാഗ്ദാനമാണെന്ന് അയാൾ വിശ്വസിച്ചിരുന്നു. എനിക്കു താമസിക്കാൻ ഒരു വീടു വേണ്ടിവന്നപ്പോൾ നരേൻ സഹായത്തിനെത്തി. അയാളുടെ വക ഒരു വാടകവീട് ആറാഴ്ചയായി ഒഴിഞ്ഞുകിടക്കുകയായിരുന്നു. അതുകിട്ടിയപ്പോൾ ഞാനും ദാമിനിയും അവിടെ താമസമാക്കി.

ചക്രം മുറിഞ്ഞ വണ്ടിയേപ്പോലെ എന്റെ വിവാഹാഭ്യർത്ഥന നിശബ്ധതയുടെ കുഴിയിൽ പതിച്ചുപോയിരുന്നു. സമ്മതമാണോ അല്ലയോ എന്നൊരു മറുപടി ഇല്ലാതെ അതു കിടന്നിടത്തുതന്നെ കിടന്നേക്കാമെന്നു ഞാൻ ഭയന്നു. അതെങ്ങനെ പൊക്കിയെടുക്കാമെന്നായിരുന്നു തുടർന്ന് എന്റെ ആലോചന. എന്നാൽ മനസ്സിന്റെ ശാസ്ത്രത്തെ തോൽപ്പിക്കാൻ വേണ്ടി സൃഷ്ടിച്ചതാണോ ഈ മനസ്സെന്ന സാധനമെന്നു ഞാൻ സംശയിച്ചുപോയി. അതുതന്നെയാവാം അതിന്റെ വിരോധാഭാസം. അതാലോചിച്ചപ്പോൾ അതിന്റെ സൃഷ്ടാവിന്റെ പൊട്ടിച്ചിരി ഞാൻ കേട്ടു. ഈ ഫാൽഗുനമാസത്തിൽ ഈ വീട്ടിലെല്ലായിടത്തും അതു മുഴങ്ങുന്നുണ്ടായിരുന്നു.

മുമ്പൊരിക്കലും എന്നെ ശ്രദ്ധിച്ചിരുന്നില്ല ദാമിനി. ശ്രദ്ധിക്കാൻ അവൾക്ക് അവസരം ലഭിച്ചിരുന്നില്ല. മറ്റൊരു ദിശയിൽനിന്നുള്ള ശക്തിയായ വെളിച്ചം അവളുടെ കണ്ണുമഞ്ചിപ്പിച്ചിരുന്നു. ഇന്നിപ്പോൾ അവളുടെ ലോകം ചെറുതായി ചെറുതായി ഒടുവിൽ ഞാൻ മാത്രമായി. എന്നെ ശ്രദ്ധിക്കാൻ വേറെ ഒരുക്കങ്ങളൊന്നും വേണ്ടാ, കണ്ണുതുറന്നുനോക്കിയാൽ മതി. ഇപ്പോഴെങ്കിലും അവൾ അതിനൊരുമ്പെട്ടുവെന്നുള്ളത് ഞാൻ എന്റെ ഭാഗ്യമായിക്കരുതി...

ഞാൻ അവളോടൊപ്പം കുന്നുകളിലും താഴ്വരകളിലും നദിക്കരയിലും കടൽക്കരയിലുമെല്ലാം അലഞ്ഞുനടന്നിരുന്നു. ചെണ്ടയും ഇലത്താളവും കീർത്തനവും ഭക്തിയും ഞങ്ങളിലെ ഞങ്ങളെ എരിച്ചുകളയുകയായി

രുന്നു. എന്നാലിപ്പോൾ...

“ഓമനെ,
നിന്റെ പാദങ്ങളും
എന്റെ ഹൃദയവും
സ്നേഹത്തിന്റെ പാശത്താൽ
ബന്ധിക്കപ്പെട്ടിരിക്കുന്നു...”

ഈ ഗാനം ഞങ്ങൾക്കു പ്രിയപ്പെട്ടതായിരുന്നു. ഈ ഗാനത്തിന്റെ ഓരോ ഈണവും ഞങ്ങളെ അടുപ്പിച്ചിരുന്നു. എന്നിട്ടും ഞങ്ങൾക്കിടയിലുള്ള ആ നേർത്തയവനിക നീങ്ങിയിരുന്നില്ല.

എന്നാൽ ഞങ്ങളുടെ കൽക്കത്താഭവനിൽ എന്താണു നടക്കുന്നതെന്നു കണ്ടോ? തൊട്ടുതൊട്ടുനിൽക്കുന്ന വീടുകൾ പൊടുന്നനെ സ്വർഗ്ഗത്തിലെ പുഷ്പങ്ങളായി. കല്ലും മരവും സംഗീതംപോലെ മനോഹരമായി. സാധാരണക്കാരനായ ഞാൻ പതുക്കെ അസാധാരണക്കാരനായി. തത്വജ്ഞാനിയുടെ ഗണത്തിൽപ്പെട്ടവനായി.

ഒരു മറ നിലനിൽക്കുമ്പോൾ അതു ശ്വാശ്വതമാണെന്നുതോന്നിപ്പോകും. ഒരിക്കൽ അതുകീറിപ്പോയാൽ ഉടനെ അപ്രത്യക്ഷമാവുകയും ചെയ്യും.

ദാമിനി പറഞ്ഞു:

“ഞാനൊരു സ്വപ്നത്തിൽ മുഴുകിയിരിക്കുകയായിരുന്നു, ഇങ്ങനെയൊരു ഞെട്ടൽ പ്രതീക്ഷിച്ചുകൊണ്ട്. എന്റെ പഴയനിങ്ങൾക്കും പുതിയനിങ്ങൾക്കുമിടയിൽ ഒരു മോഹവലയം വീണിരിക്കുന്നു. ആ മോഹവലയം ഭേദിച്ചു തന്നതിന് ഞാൻ എന്റെ ഗുരുവിനെ വീണ്ടും വീണ്ടും നമിക്കുന്നു.

ഞാൻ പറഞ്ഞു:

“ദാമിനി, ദയവായി എന്നെ ഇങ്ങനെ നോക്കാതിരിക്കൂ. പ്രകൃതിയുടെ ഈ എളിയ സൃഷ്ടിയെ നോക്കാൻ കൊള്ളുന്നതല്ലെന്നു നീ കരുതിയിരുന്ന നാളുകളിൽ നിന്റെ നോട്ടം എനിക്കു സഹിക്കാമായിരുന്നു. എന്നാൽ ഇപ്പോൾ അത് അസഹ്യമായിത്തീർന്നിരിക്കുന്നു,”

ദാമിനി പറഞ്ഞു:“ഞാനെന്താണു കണ്ടെത്തിയതെന്നു പറയാമോ?” പ്രകൃതിയുടെ ഈ സൃഷ്ടി സുന്ദരമാണെന്ന്...”

ഞാൻ പറഞ്ഞു:“ഉത്തരധ്രുവത്തിൽ ആദ്യത്തെ കൊടി നാട്ടുന്ന സാഹസികന്റെ കണ്ടെത്തലിനേക്കാൾ പ്രധാനപ്പെട്ടതാണു നിന്റെയീ കണ്ടെത്തൽ. അയാൾക്കു നേടാൻ കഴിഞ്ഞത് വീരോചിതമാണെങ്കിൽ

നീ നേടിയത് അസാദ്ധ്യമായതാണ്..”

മുമ്പൊരിക്കലും ഫാൽഗുനമാസം ഇത്ര ചെറുതാണെന്ന് എനിക്ക് തോന്നിയിരുന്നില്ല-വെറും മുപ്പതു ദിവസം. ദിവസത്തിനാണെങ്കിൽ ഇരുപത്തിനാലല്ലാതെ ഒരുമണിക്കൂർ കൂടുതലില്ല. അനന്തതയെ കയ്യിൽ വച്ചിരിക്കുന്ന പ്രകൃതി എന്തിനീ പിശുക്കുകാട്ടുന്നു!

ദാമിനി ചോദിച്ചു:“അപ്പോൾ അക്കാര്യത്തിൽ വളരെ തൽപ്പരനാണല്ലോ നിങ്ങൾ. അതുനടന്നാൽ നിങ്ങളുടെ ബന്ധുക്കൾ എന്തുവിചാരിക്കും?”

“അവർ എന്റെ ക്ഷേമം ആഗ്രഹിക്കുന്നവരാണ്. എന്നെ വീട്ടിൽനിന്നു പുറത്താക്കി അവർ എന്നോടു ദയകാണിക്കും”

“എങ്കിൽ പിന്നീടു നിങ്ങൾ എന്താണുചെയ്യുക?”

“പിന്നീട് ഞാനും നീയും കൂടി ഒരു വീടുണ്ടാക്കും. അടിത്തറ മുതൽ മേൽപ്പുരവരെ പുത്തനായിരിക്കും. അതുമുഴുവനും നമ്മുടെ സൃഷ്ടിയായിരിക്കും. നിന്റേതും എന്റേതും മാത്രം...”

“അതിലെ വീട്ടമ്മയേയും മാറ്റിയെടുക്കേണ്ടതുണ്ട്. പഴയകാലത്തെ പീഡനങ്ങളുടെ അടയാളമൊന്നും അവൾക്കുണ്ടാകരുത്. അതും നിങ്ങളുടെ കൈമിടുക്കുതന്നെ ആയിക്കൊള്ളട്ടെ...”

ഞങ്ങൾ ചൈത്രമാസത്തിലെ ഒരു ദിവസം ഞങ്ങളുടെ വിവാഹത്തിനു തെരഞ്ഞെടുത്തു. വിവാഹത്തിനു സചിസ് വരണമെന്നു നിർബന്ധമായിരുന്നു ദാമിനിക്ക്.

“എന്തിന്?” ഞാൻ ചോദിച്ചു.

“വധൂദാനം നിർവ്വഹിക്കാൻ.”

അതെന്നെ സ്പർശിച്ചു. പക്ഷെ ആ വട്ടുപിടിച്ചവൻ എവിടെ കറങ്ങിനടക്കുന്നുവെന്ന് എങ്ങനെ അറിയാനാണ്. ഞാനെഴുതിയ കത്തുകൾക്കൊന്നും മറുപടികിട്ടിയില്ല. അയാൾ ഇപ്പോഴും ആ പ്രേതഭവനത്തിൽത്തന്നെ ഉണ്ടെന്നു ഞാൻ ഊഹിച്ചു. അല്ലെങ്കിൽ അയച്ച കത്തുകൾ മടങ്ങിവരുമായിരുന്നു. കത്തുകൾ വാങ്ങിവെക്കുന്നതല്ലാതെ അതു തുറക്കുകയോ വായിക്കുകയോ അയാൾ ചെയ്യാറില്ല.

ഞാൻ പറഞ്ഞു:“ദാമിനി, നീ തന്നെ പോയി അയാളെ ക്ഷണിക്കേണ്ടിവരുമെന്നാണ് തോന്നുന്നത്. കത്തയച്ചു ക്ഷണിക്കുക നടപ്പില്ല. തനിയെ പോകാൻ എനിക്കു കഴിയില്ല. ഞാനൊരു ഭീരുവാകുന്നു. അയാളിപ്പോൾ നദിയുടെ അക്കരെ ബ്രാഹ്മണിത്താറാവുകൾ ചിറകുചിക്കുന്നതിന്റെ മേൽനോട്ടം വഹിക്കുകയാണെന്ന്. അവിടെചെന്ന് അയാളെ അമ്പരപ്പിക്കാനുള്ള കെൽപ്പ് നിനക്കുമാത്രമേ ഉള്ളൂ...”

ദാമിനി പറഞ്ഞു:"ഇനി ഒരിക്കലും അവിടെ പോവുകയില്ലെന്ന് പ്രതിജ്ഞ ചെയ്തിരിക്കുകയാണു ഞാൻ."

"ചോറ്റുപാത്രവും പിടിച്ച് അങ്ങോട്ടു പോവുകയില്ലെന്നല്ലേ പ്രതിജ്ഞ ചെയ്തൊള്ളു. ഒരു ക്ഷണക്കത്തുമായി പോകുക വേറെ കാര്യമാണ്."

എന്തായാലും ഞങ്ങൾക്കധികം ബുദ്ധിമുട്ടേണ്ടിവന്നില്ല. ഞങ്ങൾ സചിസിനെ കണ്ടെത്തി,രണ്ടാളുചേർന്ന് രണ്ടുകൈക്കും പിടിച്ചു കൽക്കത്തയിലേക്കു കൊണ്ടുവന്നു.

ഞങ്ങളുടെ വിവാഹതീരുമാനം പുതിയ കളിപ്പാട്ടം കിട്ടിയ കുട്ടിയെപ്പോലെ അയാളെ സന്തോഷിപ്പിച്ചിരുന്നു. വിവാഹം ചെറുതായ രീതിയിൽ നടത്താനായിരുന്നു ഞങ്ങളുടെ ഉദ്ദേശ്യം. സചിസ് അതു സമ്മതിച്ചില്ല. അങ്കിൾ ജഗ്മോഹന്റെ അയൽക്കാരായ മുസ്ലീങ്ങൾ ഞങ്ങളുടെ വിവാഹവാർത്ത അറിഞ്ഞ് ആഹ്ലാദഭരിതരായി. അവരുടെ ഉത്സാഹം കണ്ടപ്പോൾ കാബൂളിലെ എമൂറോ ഹൈദരാബാദിലെ നൈസാമോ അവിടം സന്ദർശിക്കാൻ പോകുന്നെന്ന് മറ്റ് അയൽക്കാർ സംശയിച്ചു. അത്രക്കുണ്ടായിരുന്നു അവരുടെ ആവേശം.

പത്രങ്ങൾ പിന്നെയും ഞങ്ങളെക്കുറിച്ചു കഥകൾ സൃഷ്ടിച്ചുകൊണ്ടിരുന്നു. അവരുടെ പൂജാസ്പെഷ്യൽ ഞങ്ങളെ ബലിമൃഗങ്ങളാക്കുകയായിരുന്നു. ഞങ്ങൾ അവരെ ശപിച്ചില്ല. പ്രപഞ്ചമാതാവായ ദുർഗ്ഗാദേവി ഞങ്ങളുടെ രക്തത്തിനുവേണ്ടിയുള്ള അവരുടെ ദാഹം ശമിപ്പിച്ച് അവർക്ക് മാപ്പു നൽകട്ടെ!

സചിസ് പറഞ്ഞു:

"ബിസ്രി, എന്റെ വീട് നിങ്ങൾ ഏറ്റെടുത്തുകൊള്ളൂ."

ഞാൻ പറഞ്ഞു:"ഏറ്റെടുക്കാം നിങ്ങൾ കൂടെയുണ്ടെങ്കിൽ."

"ഇല്ല, ബിസ്രി, എന്റെ ജോലി വേറൊരിടത്തു കിടക്കുന്നു..."

ദാമിനി പറഞ്ഞു: "നിങ്ങൾ എന്തുപറഞ്ഞാലും വിവാഹസദ്യകഴിയാതെ പോവാൻ പാടില്ല.'

അയാൾ വഴങ്ങി. സദ്യക്ക് അധികമാരും അതിഥിയായി ഉണ്ടായിരുന്നില്ല. സചിസ് മാത്രം!

സചിസ് വീടു ഞങ്ങൾക്കു തന്നതു നല്ലകാര്യമാണെങ്കിലും അതിലൊരു തടസ്സമുണ്ടായിരുന്നു. ഞങ്ങളില്ലാതിരുന്ന അവസരത്തിൽ ഹരിമോഹൻ വീടു കൈവശപ്പെടുത്തുകയും അതു മറ്റൊരാൾക്ക് വാടകയ്ക്ക് നൽകുകയും ചെയ്തിരുന്നു. അയാളുടെ ആത്മീയ ഉപദേശകർ വിലക്കില്ലായിരുന്നെങ്കിൽ അയാൾത്തന്നെ അതിൽക്കയറി താമസിക്കുമായി

രുന്നു. ഒരു മുസൽമാൻ പ്ലേഗ് ബാധിച്ച് അതിൽ കിടന്നു മരിച്ചിട്ടുള്ളതിനാൽ അതിൽ താമസിക്കുന്നവർക്ക് ദൗർഭാഗ്യം ഉണ്ടാവുമെന്നായിരുന്നു അവരുടെ വിശ്വാസം. പക്ഷെ വാടകക്കാരാകുമ്പോൾ വിശ്വാസം ഒരു പ്രശ്നമല്ല. അക്കാര്യം അവരോടു പറയാതിരുന്നാൽ മതി.

ഹരിമോഹനിൽനിന്ന് ആ വീട് ഞങ്ങൾ എങ്ങനെ വീണ്ടെടുത്തു എന്നത് ഒരു കഥയാകുന്നു. അതിൽ എന്റെ പ്രധാനസഹായികളും അയൽക്കാരും നല്ലവരായ മുസ്ലീങ്ങളായിരുന്നു. ജഗ്മോഹന്റെ വിൽപ്പത്രം ഞാനവരെ കാണിച്ചു. പിന്നീട് എനിക്ക് കോടതി കയറേണ്ട ആവശ്യം ഉണ്ടായില്ല.

ഞാൻ ഇത്രയും കാലം ജീവിച്ചത് എന്റെ കുടുംബത്തിൽനിന്നുള്ള ഒരു അലവൻസുകൊണ്ടായിരുന്നു. വിവാഹശേഷം വീട്ടുകാർ അതു നിർത്തലാക്കി. ഞങ്ങൾക്കു കുടുംബം പോറ്റാൻ ആരുടെയും സഹായം ഇല്ലാതെ വന്നു. ആദ്യം അല്പം വിഷമം തോന്നിയെങ്കിലും അതു പിന്നീടു സന്തോഷകരമായ മറ്റൊരു കാര്യത്തിനു വഴിമാറി. ഞാൻ കൽക്കത്ത സർവ്വകലാശാലയാൽ ബഹുമാനിതനായ ഒരു പ്രേംചന്ദ് റായ്ചന്ദ്പണ്ഡിതനാണെന്ന് മുമ്പു പ്രസ്താവിച്ചിട്ടുണ്ടല്ലോ. അതിനാൽ എനിക്കൊരു പ്രൊഫസർസ്ഥാനം ലഭിക്കാൻ അധികം പ്രയാസപ്പെടേണ്ടിവന്നില്ല. ജോലിക്കു പുറമെ വിദ്യാർത്ഥികളെ പരീക്ഷക്കു സഹായിക്കുന്ന ഗൈഡുകളും ഞാൻ എഴുതുകയുണ്ടായി. അതിനെല്ലാം പണം ലഭിച്ചിരുന്നു. ഞങ്ങളുടെ ആവശ്യങ്ങൾ പരിമിതമായതിനാൽ ഞങ്ങൾ നന്നായി ജീവിച്ചു. സചിസ് ഒട്ടും ബുദ്ധിമുട്ടാതെ നോക്കേണ്ടതു ഞങ്ങളുടെ കടമയാണെന്ന് ദാമിനി ഇടക്കിടെ എന്നെ ഓർമ്മപ്പെടുത്തുമായിരുന്നു.

അവൾ ഓർമ്മപ്പെടുത്താതെ അവൾക്കുവേണ്ടി ഞാൻ ചെയ്ത കാര്യം അവളുടെ സഹോദരന്മാരെ സഹായിക്കുകയായിരുന്നു. പെൺമക്കളെ കെട്ടിച്ചയക്കാനോ ആൺമക്കളെ പഠിപ്പിക്കാനോ അവർക്കു പണമുണ്ടായിരുന്നില്ല. അവർ ഞങ്ങളെ അംഗീകരിച്ചിരുന്നില്ലെങ്കിലും സഹായം സ്വീകരിക്കാൻ മടിയൊന്നുമുണ്ടായില്ല. പണത്തിനു ജാതിയില്ലല്ലോ. എന്റെ ജോലിക്കുപരി എനിക്കൊരു ഇംഗ്ലീഷ് ജേണലിന്റെ സബ് എഡിറ്റർ ജോലിയും ഏറ്റെടുക്കേണ്ടിവന്നു. പദവി ഉയർന്നപ്പോൾ വീട്ടിലും ചില മാറ്റങ്ങൾ ഞാൻ വരുത്തി. ദാമിനിയോട് ആലോചിക്കാതെ ഒരു പാചകക്കാരനെയും ഒരു പരിചാരകനേയും ഒരു സഹായിയേയും ഞാൻ വീട്ടിൽ നിയമിച്ചു. ദാമിനിക്ക് അതൊട്ടും ഇഷ്ടപ്പെട്ടില്ല. അവൾ അടുത്തദിവസം തന്നെ അവരെയെല്ലാം പറഞ്ഞയച്ചു. അവൾ പറഞ്ഞു: "നിങ്ങൾ ആവ

ശ്യമില്ലാതെ എന്നോട് ദയകാണിക്കുന്നു. നിങ്ങൾ കഠിനമായി പ്രവർത്തിക്കുകയും എന്നെ വെറുതെ ഇരിക്കാൻ വിടുകയും ചെയ്യുന്നതു ശരിയല്ല. അതെന്നെ വേദനിപ്പിക്കുകയും നാണിപ്പിക്കുകയും ചെയ്യുന്നു.'

വീടിനുള്ളിലുള്ള ദാമിനിയുടെ ജോലിയും വീടിനുപുറത്തുള്ള എന്റെ ജോലിയും ഗംഗയും യമുനയുംപോലെ ഇടകലർന്നുപോയിരുന്നു. അവൾ വീട്ടിൽമാത്രമിരുന്നില്ല. അയൽപക്കത്തുള്ള കൊച്ചുമുസ്ലീംപെൺകുട്ടികളെ തുന്നൽവേല പഠിപ്പിച്ചു തുടങ്ങി. വീട്ടിൽ മടിപിടിച്ചിരിക്കുകയില്ലെന്നും വേല എടുക്കുന്നതിൽ എന്നോടു മത്സരിക്കുകതന്നെ ചെയ്യുമെന്നും കാണിച്ചുതരികയായിരുന്നു അവൾ.

ഞാനൊരു കവിയല്ലാത്തതിനാൽ കൽക്കത്തനഗരം എങ്ങനെ ഞങ്ങളുടെ വൃന്ദാവനമായെന്നും ജീവിതം കൃഷ്ണന്റെ മുരളീഗാനമായെന്നും വർണ്ണിക്കാൻകഴിയില്ല. ദിനങ്ങൾ നീങ്ങിയത് നടന്നോ ഓടിയോ അല്ല. നൃത്തം ചെയ്തായിരുന്നു. മറ്റൊരു ഫാൽഗുനമാസം കൂടി കടന്നുപോയി. എന്നാൽ ഞങ്ങളുടെ ജീവിതത്തിൽ വീണ്ടുമൊരു ഫാൽഗുനമാസം ഉണ്ടായില്ല.

അന്നു ഗുഹയിൽനിന്നു മടങ്ങിവരുമ്പോൾ ദാമിനിക്കു നെഞ്ചിലൊരു വേദന തോന്നിയിരുന്നു. അവൾ അതാരോടും പറയാതെ കൊണ്ടുനടന്നു. അതുവർദ്ധിച്ചപ്പോൾ ഞാൻ അതിനേക്കുറിച്ച് അന്വേഷിച്ചു. അവൾ പറഞ്ഞു:"ഈ വേദന എന്റെ ഒളിച്ചുവെച്ച നിധിയാകുന്നു. തത്വജ്ഞാനിയുടെ കല്ലെന്നു പറയാറില്ലെ. ഇങ്ങനെയൊരു ധനം സ്ത്രീധനമായി ഇരിപ്പുള്ളതുകൊണ്ടാണ് ഞാൻ ധൈര്യമായി നിങ്ങളെ വരിച്ചത്. ഇതില്ലെങ്കിൽ ഒരു വിലയുമില്ലാത്തവളാകും ഞാൻ..."

ഡോക്ടറന്മാർ ഒത്തിരി പരിശോധനകൾ നടത്തി. ഒന്നിനൊന്നു വ്യത്യസ്തമായിരുന്നു നിഗമനങ്ങൾ. രണ്ടു കുറിപ്പടികൾ തമ്മിൽ യോജിപ്പില്ലായിരുന്നെങ്കിലും കൺസൾട്ടേഷൻഫീസും മരുന്നിന്റെ ബില്ലും കൊടുത്ത് ഞങ്ങളുടെ സമ്പാദ്യം ആവിയായിപ്പോയി. ഡോക്ടറന്മാർ ഒടുവിൽ ഒരു പദേശം തന്നു, ഈ നഗരത്തിൽനിന്നും മാറിത്താമസിക്കണം. കുറേക്കൂടി സുഖപ്രദമായ കാലാവസ്ഥയുള്ളിടത്തു പോയിത്താമസിക്കണം. ലങ്കദഹിപ്പിച്ചു സീതയെ വീണ്ടെടുത്തശേഷം രാമൻ അവളെ നാടുകടത്തുമ്പോലെ. അപ്പോഴേക്കും എന്നിൽ ഒന്നും അവശേഷിച്ചിരുന്നില്ല.

ദാമിനി പറഞ്ഞു:

"എനിക്കീ വേദന സമ്മാനിച്ച ആ കടൽത്തീരത്തുതന്നെ എന്നെ കൊണ്ടു പോകൂ. അവിടെ ധാരാളം ശുദ്ധവായു ഉണ്ടാകും."

മാഘത്തിന്റെ പൂർണ്ണചന്ദ്രൻ ഫാൽഗുനത്തിലേക്കു നീങ്ങുന്ന രാത്രിയിൽ, സമുദ്രം വേദനയാലും കണ്ണീരാലും നിറഞ്ഞു തുടങ്ങുമ്പോൾകുനിഞ്ഞ് എന്റെ പാദങ്ങളിൽ തൊട്ടു ദാമിനി.

"ഈ ജീവിതത്തിൽ എനിക്കു നിങ്ങളെ തൃപ്തിയാവോളം ലഭിച്ചില്ല. അടുത്തജന്മത്തിൽ അതു സാധിക്കുമാറാകട്ടെ..."